DẠY
TRẺ
BIẾT
ĐỌC
SỚM

Dịch từ nguyên bản tiếng Anh *How to teach your baby to read*, Glenn Doman and Janet Doman, Nxb. SquareOne, Mỹ.
Copyright © 2006, Glenn Doman and Janet Doman

Bản quyền bản tiếng Việt © 2011 Công ty Cổ phần Sách Thái Hà
Cuốn sách được xuất bản theo hợp đồng chuyển nhượng bản quyền giữa Công ty Cổ phần Sách Thái Hà và Nhà xuất bản SquareOne, Mỹ.

Biên mục trên xuất bản phẩm của Thư viện Quốc gia Việt Nam

Doman, Glenn
    Dạy trẻ biết đọc sớm / Glenn Doman, Janet Doman ; Hoàng Mai Hoa dịch. - H. : Lao động Xã hội ; Công ty Sách Thái Hà, 2011. - 241tr. : hình vẽ ; 21cm. - (Tủ sách V-Smile)
    Tên sách tiếng Anh: How to teach your baby to read
    ISBN 9786046500032

    1. Giáo dục gia đình 2. Trẻ em 3. Đọc
    649 - dc14

                                                              LXF0003p-CIP

GLENN DOMAN & JANET DOMAN

DẠY TRẺ
BIẾT ĐỌC SỚM

Mai Hoa *dịch*

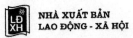

NHÀ XUẤT BẢN
LAO ĐỘNG - XÃ HỘI

Mục lục

Lời giới thiệu
cho lần tái bản thứ ba

Được xuất bản lần đầu tiên vào năm 1964, cuốn sách này thực sự là mốc khởi đầu cho cuộc Cách mạng Mềm. Những ông bố bà mẹ tiên phong mê mải với cuốn sách. Họ là những người đầu tiên nhận ra đây là một cuộc phiêu lưu khám phá thế giới kì diệu và mênh mông của sự phát triển nói chung và trí não nói riêng của con trẻ. Những ông bố bà mẹ này biết rằng trẻ em thông minh hơn mọi người nghĩ nhiều. Vậy là họ bắt đầu tìm hiểu và họ đã làm được một việc tuyệt vời.

Cuốn sách này ngày càng được xuất bản rộng rãi trên thế giới kể từ lần đầu tiên đạt 5 triệu bản trên 22 nước. Tất cả những điều được nhắc đến trong cuốn sách đều đã trở thành hiện thực dù đã hơn 40 năm trôi qua.

Chỉ có duy nhất một thứ thay đổi.

Ngày nay, có hàng chục nghìn trẻ em đủ mọi lứa tuổi học đọc từ rất sớm và sử dụng cuốn sách này. Kết quả là, có hàng nghìn bà mẹ đã viết thư cho chúng tôi kể về sự hào hứng, say mê và cả những trải nghiệm của mình trong quá trình dạy con đọc. Họ đã chia sẻ với chúng tôi kinh nghiệm, sự hân hoan và đôi khi là cả sự chán nản. Họ đã miêu tả cuộc cách mạng và những chiến thắng của chính mình. Bên cạnh đó, họ còn đặt ra nhiều vấn đề sâu sắc.

Những bức thư như thế chính là nguồn kiến thức vô giá và sự hiểu biết tuyệt vời về thế giới trẻ thơ.

Họ cũng là những minh chứng hùng hồn nhất trong lịch sử thế giới chứng minh rằng trẻ em có thể học đọc, nên học đọc và sẽ học đọc và điều quan trọng nhất là những gì sẽ xảy ra khi các em đến tuổi đi học và trưởng thành.

Cuốn sách này cực kì quan trọng với thế hệ những ông bố bà mẹ trẻ hiện nay, những người luôn coi con cái mình là ưu tiên hàng đầu.

Chương 7 của cuốn sách có thay đổi so với bản gốc, không phải là thay đổi về những nguyên tắc đã đưa ra trước đây mà chỉ là điều chỉnh chúng theo những kinh nghiệm phong phú của các bậc phụ huynh trên toàn thế giới.

Chương 8 cũng là một chương hoàn toàn mới so với bản gốc với những chi tiết về các cách tiếp cận trẻ theo từng giai đoạn: sơ sinh, trẻ nhỏ và thiếu nhi

Chương 9 cũng mới được bổ sung thêm phần trả lời hai câu hỏi thường gặp nhất khi dạy con đọc là:

1. "Điều gì sẽ xảy ra khi các bé đến tuổi đi học?"

2. "Điều gì sẽ xảy ra khi các em trưởng thành?"

Đây là những câu trả lời từ chính bố mẹ. Chúng không được rút ra từ những vấn đề lí thuyết, mà chính là từ sự trải nghiệm thực tế với con cái của những vị phụ huynh tuyệt vời.

Hãy vui vẻ, nhẹ nhàng như làn gió và tận hưởng từng giây phút bên con bạn.

Ở viện nghiên cứu, dù là nam hay nữ cũng không có một ai theo chủ nghĩa sô vanh. Chúng tôi yêu quí tất cả các vị phụ huynh và trẻ em, không phân biệt nam nữ. Để giải quyết vấn đề đau đầu là phải nhắc đến người khác như "người đàn ông đã trưởng thành" hay "cô bé con", trong phần lớn cuốn sách này chúng tôi gọi các bậc phụ huynh là mẹ và gọi các bé là trẻ.

Trân trọng

Lời tựa

Bắt đầu một dự án nghiên cứu cũng giống như lên một chuyến tàu mà chưa biết điểm đến. Chuyến hành trình ấy đầy bí ẩn và thú vị mà bạn sẽ không bao giờ biết được mình sẽ ngồi khoang hạng sang hay hạng ba, trên tàu có phục vụ bữa tối hay không, rồi nó sẽ chỉ tiêu tốn của bạn một đô la hay tất cả gia tài, và trên hết là sẽ kết thúc ở nơi bạn định đến hay một nơi bạn chưa bao giờ mơ tới.

Khi các thành viên trong đoàn nghiên cứu của chúng tôi lên tàu ở những ga khác nhau, chúng tôi đều hy vọng rằng điểm đến cuối cùng sẽ là phương pháp trị liệu tốt hơn cho trẻ bị tổn thương não. Không ai trong chúng tôi nghĩ rằng nếu đạt được mục tiêu này, chúng tôi sẽ phải ngồi mãi trên tàu mà điểm đến là nơi những trẻ bị tổn thương não có thể giỏi hơn những trẻ bình thường.

Chuyến đi này đã kéo dài nửa thế kỉ. Danh sách hành khách ban đầu chỉ có một bác sĩ phẫu thuật não, bác sĩ lý liệu pháp (chuyên về thuốc và hồi sức), một chuyên gia vật lí trị liệu, diễn giả, nhà tâm lí, nhà giáo dục và một y tá. Giờ đây thì đoàn đã có hơn 100 người với rất nhiều chuyên gia trong nhiều lĩnh vực.

Chúng tôi bắt đầu bằng cách tiếp cận vấn đề cơ bản nhất mà những trẻ em bị tổn thương não 50 năm trước phải đối mặt. Đó là vấn đề về *sự nhận dạng*. Có ba nhóm trẻ em gặp phải vấn đề này, và thường bị ghép vào chung một nhóm giống nhau. Thực tế là chúng không phải là những anh em họ nhiều đời. Chúng được nhóm lại với nhau vì những lí do rất đơn giản như vẻ ngoài giống nhau và đôi khi là cả hành động giống nhau.

Ba nhóm trẻ này gồm: nhóm trẻ bị tổn thương não, suy yếu cả về mặt chất lượng và số lượng; nhóm trẻ bị rối loạn tinh thần với bộ não bình thường về mặt thể chất nhưng không thể suy nghĩ và cuối cùng là nhóm trẻ bị tổn thương não dù có bộ não tốt nhưng lại bị tổn thương về thể chất.

Chúng tôi chỉ quan tâm đến nhóm trẻ cuối cùng, nhóm vốn được cho là có bộ não hoàn hảo nhưng lại bị tổn thương. Chúng tôi nghiên cứu nhóm trẻ này là vì dù số lượng những trẻ bị thiếu hụt và rối loạn tinh thần thực sự còn ít nhưng đã có hàng trăm nghìn trẻ em đã và đang được chẩn đoán bị thiếu hụt và rối loạn tinh thần thực ra là bị tổn thương não. Nguyên nhân dẫn đến những chẩn đoán nhầm lẫn như vậy là do nhiều trẻ bị tổn thương tới não từ trước khi ra đời.

Chúng tôi bắt đầu nghiên cứu khi đã có nhiều năm làm phẫu thuật và thăm khám bệnh nhân, và chúng tôi đã có thể đối diện trực tiếp với vấn đề tổn thương não.

Chúng tôi đã phát hiện ra rằng việc tổn thương xuất hiện trước hay sau khi sinh chỉ là vấn đề nhỏ (ngoại trừ xét từ quan điểm nghiên cứu). Điều này cũng giống như quan tâm đến việc một đứa trẻ bị ô tô đâm trước hay sau buổi trưa. Vấn đề thực sự ở đây là phần nào của não bị tổn thương, tổn thương đến mức độ nào và có thể làm gì với tổn thương ấy.

Chúng tôi cũng thấy rằng việc não trẻ bị tổn thương do các nguyên nhân như bố mẹ bị Rh[1] tương khắc, mẹ mắc sởi trong ba tháng đầu mang thai, thiếu hụt oxy lên não bào thai hay sinh non cũng không phải là vấn đề nghiêm trọng. Não cũng có thể bị tổn thương do lao động trong thời gian dài, do trẻ bị ngã đập đầu trong hai tháng đầu đời, bị sốt viêm não lúc 3 tuổi, bị xe đâm lúc 5 tuổi hoặc rất nhiều nguyên nhân khác.

Một lần nữa, dù theo quan điểm nghiên cứu vấn đề này khá quan trọng, nhưng nó cũng chỉ giống như việc lo lắng liệu một đứa trẻ có thể bị xe đâm hay bị đánh. Điều quan trọng là phần nào trong não trẻ bị tổn thương,

---

1. Rhesus factor là một chất protein có trên các tế bào máu đỏ (hồng cầu) cùng với các protein khác A, B, AB, O để phân biệt nhóm máu.

tổn thương đến mức nào và chúng ta có thể làm gì với những tổn thương ấy.

Từ trước đây, thế giới đã có quan điểm chữa trị cho những trẻ bị tổn thương não bằng cách điều trị những triệu chứng xuất hiện trong tai, mắt, mũi, miệng, ngực, vai, khuỷu tay, cổ tay, ngón tay, hông, đầu gối, mắt cá và ngón chân. Hiện nay vẫn còn nhiều người trên thế giới tin vào cách điều trị này.

Nhưng cách tiếp cận này không hề phát huy hiệu quả.

Do chưa thành công nên chúng tôi kết luận rằng nếu giải quyết các vấn đề của trẻ bị tổn thương não, chúng ta phải tìm hiểu nguồn gốc của những vấn đề ấy và tiếp cận não người.

Dù mới nghe có thể thấy cách giải quyết này là không thể và nhiều rủi ro, nhưng nhiều năm sau chúng tôi đã tìm ra những phương pháp điều trị phẫu thuật và không phải phẫu thuật cho não.

Chúng tôi tin rằng điều trị các triệu chứng bệnh hoặc chấn thương là phản khoa học và bất hợp lí, và nếu tất cả những lí do này chưa đủ để khiến chúng tôi thôi công kích thì vẫn có một sự thật tồn tại là cách tiếp cận trẻ bị tổn thương não như vậy không mang lại hiệu quả.

Trái lại, chúng tôi cảm thấy mình có thể tự tìm hiểu vấn đề. Những triệu chứng sẽ tự động biến mất khi chúng tôi thành công trong quá trình điều trị những tổn thương xuất hiện trong não.

Đầu tiên, chúng tôi tiếp cận từ quan điểm không dùng phẫu thuật. Trong những năm nghiên cứu, chúng tôi đã bị thuyết phục rằng nếu có thể chữa trị thành công tổn thương trong não thì chúng tôi cũng phải tìm ra cách tái tạo mẫu phát triển thần kinh ở trẻ khỏe mạnh. Điều này nghĩa là phải hiểu được não của trẻ khỏe mạnh bắt đầu hình thành, phát triển và trưởng thành như thế nào. Chúng tôi đã nghiên cứu rất cẩn thận hàng trăm trẻ sơ sinh và trẻ nhỏ.

Khi đã biết được một bộ não bình thường phát triển như thế nào, chúng tôi bắt đầu tìm hiểu những hoạt động cơ bản và đơn giản nhưng quan trọng nhất với một đứa trẻ khỏe mạnh như bò, trườn. Chúng tôi nhận thấy nếu trẻ khỏe mạnh không có những hành động như vậy do các yếu tố xã hội, môi trường hay văn hóa thì khả năng của chúng sẽ bị hạn chế nghiêm trọng. Và khả năng của những trẻ bị tổn thương não còn bị ảnh hưởng nhiều hơn.

Khi nghiên cứu những cách tái tạo mẫu thể chất bình thường của quá trình trưởng thành, chúng tôi đã thấy trẻ bị tổn thương não có dấu hiệu cải thiện – dù chỉ rất nhỏ.

Lúc này bằng cách phát triển những cách tiếp cận phẫu thuật thành công, chúng tôi đã đi đến quyết định là vấn đề nằm chính trong bộ não. Có nhiều nhóm trẻ bị tổn thương não với các vấn đề tự nhiên sẽ thường chết sớm. Đứng đầu nhóm này là bệnh tràn dịch não, hay còn gọi là "có nước trong não". Đầu của những trẻ này thường rất to do áp suất của chất lỏng trong não tủy sống khi lượng chất lỏng này không được hút lại do bị tổn thương. Tuy nhiên chất lỏng này vẫn tiếp tục được tạo ra ở người bình thường.

Không ai dại đến nỗi thử điều trị triệu chứng của bệnh này bằng cách matxa hoặc tập thể dục. Do áp suất lên não tăng nên trẻ chắc chắn sẽ chết. Bác sĩ thần kinh của chúng tôi đã cùng một kĩ sư nghiên cứu loại ống có thể mang chất lỏng dư thừa trong não từ kho dự trữ được gọi là não thất nằm sâu bên trong não tới tĩnh mạch cảnh và chuyển vào máu, nơi chất lỏng có thể được hút lại theo cách bình thường. Chiếc ống này có van bên trong cho phép chất lỏng dư thừa chảy ra ngoài đồng thời ngăn cản máu chảy ngược về não.

Đây thực sự là một thiết bị kì diệu được cấy ghép vào trong não có tên gọi "ống shunt V-J". Hơn 25.000 trẻ em đã được cứu sống nhờ chiếc ống đơn giản này. Nhiều em còn có thể tiếp tục sống hoàn toàn bình thường và đi học như các bạn khác.

Đây là minh chứng rõ nét cho thấy việc điều trị các triệu chứng tổn thương não là hoàn toàn vô ích, cũng như sự logic đúng đắn và cần thiết của cách điều trị não trực tiếp.

Một phương pháp điều trị gây ngạc nhiên khác cũng sẽ là dẫn chứng cho phương pháp phẫu thuật não thành công mà ngày nay đang được sử dụng rộng rãi để điều trị tổn thương não cho trẻ.

Não có 2 bán cầu, bán cầu trái và bán cầu phải. Hai bán cầu này được chia tách ở ngay giữa đầu từ trước ra sau. Với những người khỏe mạnh, bán cầu não phải chịu trách nhiệm kiểm soát phần bên trái của cơ thể, còn bán cầu não trái thì chịu trách nhiệm điều khiển phần bên phải cơ thể.

Nếu một trong hai bán cầu bị tổn thương ở bất kì mức độ nào thì hậu quả sẽ rất nghiêm trọng. Phần còn lại của cơ thể sẽ bị tê liệt, và các chức năng của trẻ sẽ bị giảm sút nghiêm trọng. Hiện nay có nhiều trẻ bị co giật, động kinh và không phản ứng với bất kì phương thuốc điều trị nào.

Thật khó khăn khi phải nói ra một điều rằng những trẻ này cũng sẽ chết.

Người ta chẳng làm gì ngoài việc cất tiếng khóc ai oán suốt những thập kỉ qua. Họ nghĩ rằng "Khi một tế bào não đã chết, thì sẽ chẳng thể làm gì để cứu sống đứa trẻ cho nên đừng cố gắng". Nhưng đến năm 1955, các thành viên phẫu thuật thần kinh của nhóm chúng tôi đã thực hiện một cuộc phẫu thuật không thể tin nổi với những trẻ như thế; nó được gọi là phẫu thuật tách bán cầu não.

Đúng như tên gọi của nó, phẫu thuật tách bán cầu não sẽ tách riêng hai nửa bán cầu não.

Lúc ấy chúng tôi nhìn thấy nhiều trẻ chỉ còn lại nửa bán cầu não trong đầu, còn một nửa kia với hàng tỷ tế bào não – những tế bào đã chết thì được đặt trong những chiếc lọ trong bệnh viện. Nhưng các em thì không chết.

Thay vì đó, chúng tôi nhìn thấy những trẻ với nửa bán cầu não đi lại, trò chuyện và đi học như bao đứa trẻ bình thường khác. *Những trẻ như vậy đều đạt kết quả học tập trên mức trung bình và ít nhất có một em trong số đó có chỉ số IQ đáng nể.*

Trái với suy nghĩ của nhiều người, chúng tôi đều biết rằng, một trẻ có thể có tới 10 tế bào não bị chết và chúng ta không nhận ra điều đó. Có lẽ chúng ta phải nói rằng, em đó có 100 tế bào não bị chết và chúng ta không hề nhận thức được. Mà có lẽ thậm chí là cả 1000.

Có lẽ chưa bao giờ chúng ta dám mơ rằng một trẻ với hàng tỷ tế bào não bị chết vẫn có thể hoạt động tốt và thậm chí còn tốt hơn những đứa trẻ bình thường.

Bây giờ thì độc giả hãy cùng tham gia với chúng tôi trong nghiên cứu này. Liệu bạn có thể quan sát Johnny – một trẻ đã được phẫu thuật tách bán cầu não trong bao lâu, và so sánh với Billy – một trẻ bình thường mà không tự hỏi "Có chuyện gì với Billy?". Vì sao Billy – đứa trẻ có đủ cả hai bán cầu não lại không thể hoạt động tốt gấp đôi hay ít ra thì cũng tốt hơn Johnny?

Quan sát điều này lặp đi lặp lại, chúng ta thấy những đứa trẻ bình thường cũng sẽ bắt đầu hoài nghi.

Liệu những trẻ bình thường có thể làm tốt hết sức? Đây là một câu hỏi quan trọng mà chưa bao giờ chúng ta nghĩ tới.

Đúng lúc ấy, những người không phải là bác sĩ phẫu thuật trong đoàn của chúng tôi đã thu được một lượng kiến thức rất lớn về việc trẻ em trưởng thành như thế nào và quá trình phát triển của não. Do những kiến thức cơ bản được bổ sung nên những phương pháp tái tạo đơn giản cho trẻ bị tổn thương não cũng được cải thiện. Giờ đây, chúng tôi đã có thể nhìn thấy một số ít những trẻ bị tổn thương não có thể đạt tới sự hoàn hảo bằng những phương pháp điều trị đơn giản không phải phẫu thuật giúp cải thiện và tiến bộ một cách ổn định.

Mục đích của cuốn sách này không phải là đi vào chi tiết các khái niệm hay phương pháp giải quyết các vấn đề cho trẻ bị tổn thương não. Cuốn sách *Làm gì khi con bạn bị tổn thương não?* đã trình bày những vấn đề này. Tuy nhiên, giờ đây cũng có nhiều người nhận ra rằng trẻ em hoàn toàn có thể làm tốt hơn những gì chúng đang thể hiện. Có thể nói rằng những kĩ thuật cực kì đơn giản đã giúp tái tạo sự phát triển bình thường ở những trẻ bị tổn thương não.

Chúng ta cũng sớm nhận thấy những trẻ bị tổn thương não cũng có thể thể hiện không kém gì so với những trẻ bình thường.

Vì những kĩ thuật này còn có thể cải thiện nhiều thứ hơn nữa nên chúng tôi bắt đầu nghiên cứu những trẻ bị tổn thương não không chỉ thể hiện được tốt như những trẻ bình thường mà còn khiến người ngoài khó có thể phân biệt được.

Do đã có những kiến thức cơ bản về phẫu thuật thần kinh nên chúng tôi bắt đầu nghiên cứu cả những trẻ bị tổn thương não mà có thể thể hiện trên mức trung bình hay thậm chí ở mức xuất sắc.

Điều này cực kì thú vị, thậm chí còn hơi sợ. Có vẻ như chúng ta đã đánh giá thấp khả năng của trẻ.

Điều này đặt ra một câu hỏi thú vị. Hãy giả sử chúng ta đang quan sát ba đứa trẻ 7 tuổi: Albert, chỉ còn một nửa bán cầu não; Billy, não hoàn toàn bình thường; và Charley: đã được điều trị bằng phương pháp không phẫu thuật, hiện giờ có thể hoạt động bình thường dù đã có hàng triệu tế bào não bị chết.

Hai cậu bé Albert, với nửa bán cầu não và Charley, có hàng triệu tế nào não bị chết đều thông minh như Billy.

Vậy có điều gì không ổn với cậu bé hoàn toàn bình thường như Billy?

Có gì không ổn với những đứa trẻ khỏe mạnh?

Trong nhiều năm nghiên cứu, mỗi người chúng tôi đều cảm thấy rung động trước những sự kiện hay khám phá quan trọng. Chúng tôi đã dần xua tan những đám mây mù bí ẩn bao quanh các trẻ em bị tổn thương não. Chúng tôi cũng tìm ra những sự thật mọi người chưa bao giờ nghĩ tới về những đứa trẻ khỏe mạnh. Một sự kết nối đầy logic đã hiện hữu giữa những trẻ bị tổn thương não (thần kinh bị mất tổ chức) và những trẻ khỏe mạnh (thần kinh có tổ chức), mà trước đây vốn chỉ là sự đứt đoạn, không có liên kết ở những trẻ khỏe mạnh. Chuỗi logic này đã vạch ra con đường để chúng ta có thể đem lại sự thay đổi tốt đẹp hơn cho loài người. Liệu tổ chức thần kinh của một trẻ bình thường có phải là điểm cuối của con đường này?

Giờ đây những trẻ bị tổn thương não có thể thể hiện ngang bằng, thậm chí tốt hơn những trẻ khỏe mạnh, nên nhiều khả năng con đường này sẽ còn được kéo dài hơn nữa?

Người ta vẫn thường cho rằng sự phát triển thần kinh và sản phẩm cuối cùng của nó – khả năng – là một sự thật không thể thay đổi: Đứa bé này có khả năng còn đứa bé kia thì không. Đứa trẻ này thông minh còn đứa kia thì không.

Và không có gì hơn ngoài sự thật ấy.

Sự thật là, sự phát triển thần kinh, thứ vốn được coi là bất biến lại là một quá trình động và có thể thay đổi.

Với những trẻ bị tổn thương não nặng, chúng ta thấy quá trình phát triển thần kinh hoàn toàn bị dừng lại.

Còn ở trẻ "chậm phát triển" thì quá trình này bị chậm lại.

Còn với trẻ bình thường thì quá trình này diễn ra với tốc độ trung bình, còn với trẻ xuất sắc, thì quá trình này diễn ra với tốc độ nhanh hơn.

Giờ đây chúng ta nhận ra rằng, những trẻ bị tổn thương não, trẻ khỏe mạnh, trẻ xuất sắc không phải là 3 loại trẻ em mà thay vào đó chúng đại diện cho quá trình liên tục từ thần kinh không có tổ chức do não bị tổn thương gây ra, thông qua giai đoạn thần kinh không tổ chức trung bình của não bình thường cho đến mức độ tổ chức thần kinh cao ở não của trẻ xuất sắc.

Với trẻ bị tổn thương não, chúng tôi đã tái tạo thành công quá trình phát triển đã bị dừng lại, còn với trẻ có não chậm phát triển thì chúng tôi đã đẩy nhanh tốc độ hơn.

Rõ ràng quá trình phát triển thần kinh hoàn toàn có thể diễn ra nhanh hoặc chậm.

Bằng chương trình không phẫu thuật đơn giản đã được phát triển, chúng tôi đã giúp trẻ em bị tổn thương não từ chỗ thần kinh không có tổ chức lên đến mức tổ chức bình thường hoặc thậm chí còn ở mức độ cao hơn. Có nhiều lí do để chúng tôi tin rằng những chương trình như thế này có thể được sử dụng để tăng mức độ tổ chức thần kinh ở những trẻ bình thường. Và một phần trong chương trình ấy là dạy cho trẻ bị tổn thương não biết đọc.

Chẳng có khi nào khả năng tổ chức thần kinh tăng lên rõ ràng hơn khi bạn dạy một em bé đọc.

Đôi lời nhắn gửi
các bậc phụ huynh

Bạn chẳng mất gì khi mơ một giấc mơ.

40 năm trước đây chúng ta thường mơ về một thế giới toàn những trẻ em thông minh, khỏe mạnh về thể chất và giỏi giao thiệp xã hội.

Chúng tôi biết rằng tất cả trẻ em đều có khả năng và tiềm năng tuyệt vời. Và chúng tôi cũng hoàn toàn bị thuyết phục rằng trẻ nhỏ hoàn toàn có thể học được nếu người lớn có cách dạy chính xác.

Hãy tưởng tượng rằng chúng ta không phải đợi đến 1000 sự biến động để có được những đứa trẻ như vậy mà chúng ta có thể nuôi dạy trẻ một cách có mục đích.

Chúng tôi tin rằng nếu các vị phụ huynh biết não phát triển như thế nào và tại sao lại phát triển như thế thì chắc chắn họ sẽ tìm được hướng đi đúng đắn.

Đôi khi bố mẹ sẵn sàng đánh đổi một chiếc xe mới, một kì nghỉ thú vị hay cả một cuộc sống ổn định hơn về tài chính để ở nhà dạy con học. Các ông bố bà mẹ của chúng ta luôn tâm niệm rằng con cái luôn là ưu tiên số một, hơn bất cứ thứ gì trên thế giới này.

Giờ đây chúng ta có thể nhìn lại chặng đường hơn 40 năm qua và tự hỏi chúng ta đã làm được những gì?

Con cái chúng ta hiện giờ như thế nào? Có giỏi như chúng ta mong đợi? Liệu chúng có thể làm cho thế giới này tốt đẹp hơn? Và chúng sẽ trở thành những ông bố bà mẹ như thế nào?

Một vài câu trả lời cho những câu hỏi này sẽ nằm trong phần ba của cuốn sách.

Liệu chúng có giỏi như chúng ta mong đợi? Câu trả lời là không, chúng không hề giỏi như chúng ta vẫn mong đợi.

Mà chúng giỏi hơn rất nhiều.

Trẻ em làm được nhiều điều khác biệt và thể hiện bản thân rất tốt.

Khi đọc những câu chuyện của chúng trong các bức thư mà bố mẹ gửi đến bạn sẽ thấy ấn tượng vì những đứa trẻ này sống thật thoải mái và tự tin, điều hiếm gặp trong giới trẻ ngày nay. Ấn tượng của bạn hoàn toàn chính xác.

Nhiều vị phụ huynh chia sẻ rằng được ở với con, dạy con học và nhìn thấy con lớn lên từng ngày là sự trải nghiệm tuyệt vời nhất trong cuộc đời họ.

Nếu yêu thương, quan tâm đến trẻ hết mực và dạy chúng đọc thì liệu chúng có thể đáng yêu, nhạy cảm, thông minh hơn và có năng lực hơn các trẻ khác?

Câu trả lời là có.

Kể từ khi cuốn sách này được xuất bản lần đầu 40 năm trước đây, những ông bố bà mẹ dạy con đọc đã thu được những thành quả xứng đáng. Bạn đã làm được điều thật tuyệt vời. Bây giờ bạn có thêm 40 năm nữa để hưởng trái ngọt thành quả lao động của mình. Và đừng quên giữ những tấm thẻ đọc lại để dành cho cháu bạn.

Bọn trẻ cũng làm rất tốt. Bạn đã khiến chúng tự hào. Và giờ đây hãy cùng nhau điều chỉnh thế giới này.

Bạn dự đoán gì cho 40 năm tới?

Hãy cùng bắt đầu mơ ước.

Chương 1

Tommy và những sự thật

Tôi đã nói là con bạn có thể đọc.

- LUNSKI

Cuộc cách mạng dịu dàng này ban đầu không có chủ đích.

Điều lạ là nó ra đời vào thời điểm cuối của một sự kiện.

Trẻ em – nhân vật chính của cuộc cách mạng này lại không biết rằng mình có thể đọc được nếu có công cụ, còn người lớn – những người sống trong ngành công nghiệp truyền hình thì lại không biết rằng trẻ em có khả năng này và chính ti vi sẽ cung cấp những công cụ cần thiết.

Thiếu công cụ là nguyên nhân khiến cuộc cách mạng này phải rất lâu mới xảy ra, nhưng giờ thì nó đã đến rồi và các vị phụ huynh phải thúc đẩy cuộc cách mạng này, phải đẩy nhanh tốc độ để trẻ em có thể thu được thành quả của nó.

Ti vi đã mang lại toàn bộ bí mật thông qua những chương trình quảng cáo. Kết quả là khi người đàn ông trong ti vi nói từ "vịnh" to và rõ ràng và màn hình cũng hiện chữ "vịnh" rất to thì tất cả trẻ em đều nhận biết được từ này dù chúng chưa biết chữ cái nào.

Sự thật là những trẻ rất nhỏ hoàn toàn có thể học đọc. Có thể nói chắc chắn rằng, một đứa bé có thể đọc được miễn là bạn làm những chữ cái thật to ngay từ đầu.

Nhưng bây giờ chúng ta đều đã biết những điều này.

Chúng ta đều biết mình phải làm gì đó vì những gì xảy ra khi chúng ta dạy trẻ đọc sẽ rất quan trọng với thế giới.

Nhưng có đúng là trẻ hiểu ngôn ngữ nói dễ hơn ngôn ngữ viết? Cũng không hẳn. Não trẻ - cơ quan duy nhất có khả năng học, sẽ "nghe" được những từ to, rõ ràng trên truyền hình bằng tai và làm rõ chúng. Đồng thời, não trẻ sẽ nhìn thấy những chữ cái to, rõ ràng bằng mắt và cũng sẽ thể hiện y như vậy.

Không có gì khác biệt với não khi "nhìn" một hình ảnh hay "nghe" âm thanh. Não có thể thực hiện tốt cả hai chức năng này. Chỉ cần âm thanh phải đủ to và rõ ràng để tai có thể nghe được, còn chữ cái cũng phải đủ to và rõ ràng để mắt có thể nhìn được – điều đầu tiên chúng ta đã làm được rồi, nhưng điều thứ hai thì chưa.

Thường thì mọi người hay nói chuyện với trẻ em to hơn khi nói với người lớn, và chúng ta vẫn cứ làm như vậy vì bản năng nhận thấy trẻ em không thể nghe và hiểu được giọng nói hội thoại thông thường của người lớn.

Mọi người thường hay nói to với trẻ, trẻ càng bé chúng ta nói càng to.

Hãy ví dụ như trong một cuộc tranh luận, người lớn lại cố gắng nói nhẹ nhàng để trẻ không nghe thấy và hiểu được. Tuy nhiên, những âm thanh này vẫn đủ to để con đường truyền âm trở nên phức tạp để nghe và hiểu được khi trẻ lên 6.

Trong hoàn cảnh này, có thể chúng ta sẽ cho trẻ kiểm tra nghe ở độ tuổi lên 6. Nếu trẻ nghe được mà không hiểu được từ (có thể do con đường âm thanh không phân biệt được những âm nhỏ) thì có thể chúng ta sẽ giới thiệu với trẻ ngôn ngữ nói bằng cách nói các chữ cái A, B... đến khi nào trẻ học hết bảng chữ cái, trước khi bắt đầu dạy trẻ nói các từ.

Có thể nhiều trẻ gặp phải vấn đề khi nghe từ và câu, vì thế thay vì đọc cuốn sách nổi tiếng *Vì sao Johnny không đọc được* của Rudolf Flesch, có lẽ chúng ta cần đọc cuốn *Vì sao Johnny không nghe được*.

Trên đây chính là những điều chúng ta đã làm với ngôn ngữ viết. Chúng ta đã dùng chữ quá nhỏ để trẻ có thể "nhìn và hiểu" được.

Bây giờ hãy đặt một giả thiết khác.

Nếu chúng ta vừa nói thầm vừa viết từ và câu thật to, rõ ràng thì trẻ cũng có thể đọc được nhưng sẽ không thể hiểu được ngôn ngữ nói.

Hãy thử hình dung ti vi đang hiện những từ được viết rất to, đồng thời được đọc rất rõ. Một cách tự nhiên, trẻ có thể đọc từ nhưng nhiều trẻ sẽ bắt đầu hiểu được ngôn ngữ nói ở độ tuổi lên 2 hoặc lên 3.

Và đó chính là những gì đang xảy ra hiện nay!

Ti vi cũng cho chúng ta biết nhiều điều thú vị về trẻ em.

Đầu tiên là trẻ thường xem các chương trình dành riêng cho chúng nhưng không thể tập trung mãi; nhưng mọi người đều biết rằng khi đến các chương trình quảng cáo thì trẻ chạy ngay đến ti vi rồi nghe và đọc các thông tin liên quan đến sản phẩm được quảng cáo.

Điểm mấu chốt ở đây không phải là các chương trình quảng cáo trên tivi nhắm vào trẻ em 2 tuổi hay có cái gì đặc biệt cả. Sự thật là trẻ em có thể học được từ những chương trình quảng cáo với những chữ cái to, rõ ràng và âm thanh đủ lớn, những thông điệp được lặp đi lặp lại nên tất cả trẻ em đều rất ham xem.

Trẻ thường thích học những gì hài hước mà đơn giản như phim hoạt hình Chuột Micky. Kết quả là, trẻ sẽ vô tình đọc bảng chữ "Vịnh", "Mc Donalds" hay "Coca cola" và nhiều kí hiệu khác.

Bạn không cần phải đặt câu hỏi "Liệu trẻ nhỏ có thể học đọc được không?". Chính chúng đã trả lời rằng "Chúng có thể". Câu hỏi nên hỏi ở đây là "Chúng ta muốn trẻ đọc gì?". Chúng ta có nên cấm trẻ đọc tên các sản phẩm và thành phần hóa học chứa trong các sản phẩm đó hay chúng ta cứ để trẻ đọc bất cứ thứ gì có thể làm cuộc sống của trẻ trở nên phong phú.

Hãy đọc những điều cơ bản sau đây:

1. Trẻ nhỏ *muốn* học đọc.

2. Trẻ nhỏ *có thể* học đọc.

3. Trẻ nhỏ *đang* học đọc.

4. Trẻ nhỏ *nên* học đọc.

Chúng tôi dành bốn chương sách cho bốn vấn đề trên. Mỗi điều trong đó đều hoàn toàn đúng và cũng rất đơn giản.

Có thể điều rất đơn giản này lại khiến chúng ta khó hiểu hay thậm chí là khó tin, câu chuyện vô lí mà ông Lunski đã kể chúng ta nghe về Tommy.

Thật lạ là chúng tôi mất khá nhiều thời gian mới chú ý đến ông Lunski vì lần đầu tiên nhìn thấy Tommy tại viện nghiên cứu, chúng tôi đã nhận thức được tất cả những gì cần biết để hiểu xem chuyện gì đang xảy ra với Tommy.

Tommy là con thứ bốn của ông Lunski. Ông bà Lunski không có nhiều thời gian quan tâm đến chuyện học hành ở trường và phải làm việc rất nỗ lực để nuôi ba đứa con xinh đẹp của mình. Đến khi Tommy ra đời, ông Lunski đã có một tiệm rượu và mọi việc đều rất ổn.

Tuy nhiên, ngay từ khi mới sinh ra, não Tommy đã bị tổn thương rất nặng. Khi lên 2, em được đưa đi kiểm tra thần kinh tại một bệnh viện nổi tiếng ở New Jersey. Vị bác sĩ giải thích rằng các nghiên cứu của ông đã cho thấy Tommy chỉ như một đứa trẻ thực vật, không bao giờ có thể đi lại hoặc nói chuyện được vì thế nên đưa em vào một viện nghiên cứu.

Tính quyết đoán của một người Ba Lan gốc đã khiến ông Lunski càng trở thêm cứng nhắc. Ông đứng dậy và nói: "Ông nhầm hết cả rồi bác sĩ ạ. Đây là con *của chúng tôi*".

Nhà Lunski đã mất rất nhiều tháng để tìm ai đó có thể nói với họ rằng không cần thiết phải như vậy. Nhưng tất cả câu trả lời đều giống nhau.

Tuy nhiên, trước lần sinh nhật 3 tuổi của Tommy, họ đã tìm được bác sĩ Eugene Spitz, Trưởng khoa Thần kinh của Viện Nhi ở Philadelphia.

Sau khi tiến hành nghiên cứu cẩn thận, bác sĩ Spitz cho biết Tommy bị tổn thương não rất nặng và có lẽ trung tâm nghiên cứu ở ngoại ô Chestnut Hill có thể làm gì đó cho cậu bé.

Tommy đến Viện Nghiên cứu Tiềm năng Con người khi mới 3 năm, 2 tuần tuổi. Cậu bé không thể đi lại hay nói chuyện được.

Viện đã đánh giá các vấn đề tổng hợp và những tổn thương trong não Tommy. Một chương trình điều trị đã được tiến hành để tái tạo lại sự tăng trưởng, phát triển bình thường cho Tommy. Bố mẹ cậu bé cũng được hướng dẫn cách thực hiện chương trình này tại nhà và được dặn rằng nếu họ nghiêm túc thực hiện thì có thể Tommy sẽ cải thiện đáng kể. Hai tháng sau họ sẽ phải quay lại để đánh giá lại và nếu Tommy có tiến triển thì sẽ có chương trình tổng hợp.

Nhà Lunski đã làm theo các chỉ dẫn rất nghiêm túc và cẩn thận.

Khi họ trở lại lần thứ hai, Tommy đã có thể bò được.

Bây giờ nhà Lunski rất chăm chỉ tham gia chương trình này với hy vọng thành công. Họ quyết tâm đến mức nếu trên đường đến Philadelphia lần thứ ba mà xe bị hỏng thì họ sẽ mua một cái xe cũ và vẫn tiếp tục cuộc hành trình. Họ khó có thể đợi để nói với chúng tôi rằng Tommy giờ đã có thể nói được hai từ "mẹ" và "bố". 3 tuổi rưỡi Tommy đã có thể bò bằng tay và đầu gối.

Sau đó, mẹ cậu bé đã cố gắng làm một số việc mà chỉ có người mẹ mới có thể làm với một đứa trẻ như Tommy. Cũng giống như một người bố mua cho con mình quả bóng, mẹ Tommy mua cho cậu bé đã 3 tuổi rưỡi nhưng mới chỉ nói được hai từ một bảng chữ cái. Bà cho biết Tommy rất sáng dạ dù nó không đi, hay không nói được. Bất kì ai cũng có thể nhìn thấy điều này bằng cách nhìn vào mắt cậu bé!

Trong khi các nghiên cứu về sự thông minh của trẻ bị tổn thương não của chúng tôi có phạm vi rộng hơn của bà Lunski, nhưng cũng không chính xác hơn. Chúng tôi đồng ý rằng Tommy thông minh, nhưng để dạy một cậu bé 3 tuổi rưỡi bị tổn thương não đọc tốt thì lại là vấn đề khác.

Chúng tôi không chú ý lắm khi bà Lunski thông báo rằng lên 4 tuổi, Tommy có thể đọc được *tất cả các từ* trong sách chữ cái, thậm chí còn đơn giản hơn khi cậu bé đọc chữ cái. Chúng tôi quan tâm hơn đến khả năng nói của Tommy đang tiến bộ từng ngày cũng như khả năng di chuyển của cậu bé.

Khi Tommy được 4 tuổi 2 tháng, bố cậu thông báo rằng cậu có thể đọc được cả quyển truyện *Những quả trứng màu xanh và chiếc bánh hamburger* của Seuss. Chúng tôi chỉ cười lịch sự và để ý thấy sự tiến bộ đáng kể trong lời nói và hoạt động của Tommy.

Khi Tommy được 4 tuổi rưỡi, ông Lunski lại thông báo cậu bé có thể đọc được và đã đọc hết *tất cả* sách của

Seuss. Chúng tôi đã thấy Tommy tiến bộ thật tuyệt vời, cũng như ông Lunski nói Tommy có thể đọc được.

Khi đến trung tâm lần thứ 11, Tommy mới tổ chức sinh nhật tròn 5 tuổi. Dù chúng tôi và bác sĩ Spitz đều rất vui mừng với những tiến bộ mà cậu bé đã đạt được nhưng không có dấu hiệu nào của buổi viếng thăm này cho thấy hôm nay sẽ là một ngày quan trọng với tất cả trẻ em. Chẳng có gì ngoại trừ bản báo cáo vô lý của ông Lunski. Ông Lunski đã thông báo Tommy có thể đọc được bất cứ thứ gì, hơn nữa cậu bé có thể hiểu được, đặc biệt là ngay từ trước sinh nhật lần thứ năm.

Một nhân viên nhà bếp mang đồ ăn trưa đến với nước quả và bánh hamburger đã cứu chúng tôi khỏi phải đưa ra lời nhận xét nào. Ông Lunski thấy chúng tôi không phản ứng gì liền lấy trong ngăn kéo ra một tờ giấy và viết: "Glenn Doman thích uống nước cà chua và ăn bánh hamburger".

Tommy đã làm theo lời chỉ dẫn của cha mình, đọc câu này rất đơn giản với giọng đọc chính xác và truyền cảm. Cậu bé không hề ngại ngần như những cậu bé khác, đọc từng từ rời rạc và không hiểu nghĩa câu.

"Ông hãy viết một câu khác đi", chúng tôi nói chậm rãi.

Ông Lunski lại viết: "Bố Tommy thích uống bia và rượu whisky. Bụng ông rất to do uống rượu bia ở quán của Tommy".

Tommy mới đọc to được ba từ đầu tiên thì đã cười phá lên. Phần buồn cười nhất là bụng của bố đã được viết xuống dòng thứ tư do ông Lunski viết chữ hoa.

Thực sự cậu bé bị tổn thương não này đã đọc nhanh hơn nhiều so với khi cậu kể lại từng từ với giọng nói bình thường. Tommy không chỉ đọc, cậu còn đọc rất nhanh và tất nhiên là cũng hiểu nữa!

Chúng tôi vô cùng kinh ngạc và quay sang ông Lunski.

"Tôi đã bảo là Tommy có thể đọc mà", ông Lunski nói.

Sau ngày hôm ấy, tất cả chúng tôi đều không còn như trước, vì đây chính là vấn đề phức tạp nhất trong vòng 20 năm qua.

Tommy đã cho chúng tôi thấy một đứa trẻ bị tổn thương não vẫn có thể đọc sớm hơn những đứa trẻ bình thường.

Tất nhiên, ngay lập tức Tommy đã được kiểm tra trên diện rộng bởi một nhóm các chuyên gia đến từ thủ đô Washington trong vòng một tuần. Tommy – một cậu bé mới chỉ 5 tuổi và bị tổn thương não có thể đọc hiểu tốt hơn một trẻ bình thường lớn gấp đôi tuổi em.

Khi lên 6, Tommy đã đi được dù còn khá yếu và khó khăn; cậu bé đã đọc được sách trình độ Lớp Sáu (tương đương với 11-12 tuổi). Tommy sẽ không phải ở trong viện nghiên cứu nữa nhưng bố mẹ cậu lại đang tìm một trường "*đặc biệt*" để cho cậu đi học vào tháng Chín tới.

Một trường đặc biệt theo nghĩa tốt chứ không phải một trường kém. Cũng may là giờ có rất nhiều trường dành cho những trẻ có năng khiếu. Tommy bị tổn thương não và được bố mẹ yêu thương hết mực – những người luôn tin tưởng rằng ít ra thì một đứa trẻ cũng đang không thể hiện hết năng lực của mình.

Cuối cùng, Tommy chính là chất xúc tác cho công trình nghiên cứu suốt 20 năm. Có thể sẽ chính xác hơn khi nói rằng cậu bé đã châm ngòi cho sứ mệnh đã và đang được phát triển từ 20 năm qua.

Điều thú vị ở đây là Tommy *rất thích* đọc và tận hưởng từng khoảnh khắc tuyệt vời ấy.

Chương 2

Trẻ nhỏ
muốn học đọc

*Chúng tôi không thể bắt con dừng đọc
từ khi cháu lên 3 tuổi.*

- BÀ GILCHRIST, MẸ BÉ MARY 4 TUỔI,
Newsweek

Chưa bao giờ trong lịch sử loài người, một nhà khoa học lại không tò mò bằng một đứa trẻ từ 18 tháng tuổi đến 4 tuổi. Người lớn chúng ta mắc căn bệnh tò mò với mọi thứ và đó là nguyên nhân thiếu khả năng tập trung.

Tất nhiên, chúng ta quan sát trẻ rất kĩ nhưng không phải lúc nào cũng hiểu được hết những hành động của chúng. Đối với một vấn đề, mọi người thường dùng nhiều từ ngữ khác nhau cứ như thể chúng giống nhau vậy. *Học* và *giáo dục* là những từ như thế.

Theo từ điển *American College Dictionary,* từ *học* có nghĩa là: 1. "có được kiến thức nào đó bằng cách học, chỉ dẫn hoặc trải nghiệm...". Còn từ *giáo dục* thì có nghĩa: "1. phát triển khả năng bằng dạy học, hướng dẫn hoặc đến trường học..., và 2. cung cấp nền giáo dục cho ai; cho ai đi học..."

Nói cách khác, học là quá trình của một người nếu muốn có được kiến thức, trong khi giáo dục lại là quá trình học được hướng dẫn bởi giáo viên hay trường lớp. Dù mọi người đều biết điều này, nhưng hai quá trình này thường bị cho là một.

Vì thế đôi khi chúng ta cảm thấy rằng, độ tuổi đi học chính thức là 6 nên quá trình học – quá trình quan trọng hơn nhiều cũng sẽ bắt đầu ở độ tuổi này.

Sự thật thì không phải như vậy.

Sự thật là một đứa trẻ bắt đầu học ngay từ khi sinh ra. Đến năm 6 tuổi trẻ bắt đầu đến trường, trong khi đã tiếp thu những bài học thú vị, sự thật và có lẽ còn nhiều hơn những gì trẻ sẽ học trong suốt cuộc đời.

6 tuổi, trẻ đã học được hầu hết những điều cơ bản về bản thân mình và gia đình. Trẻ cũng biết về hàng xóm và các mối quan hệ, về thế giới xung quanh và mối liên quan với nó cùng vô số những sự kiện không thể đếm được khác. Điển hình nhất là, trẻ đã học được một thứ tiếng và thậm chí còn hơn cả một (cơ hội này

rất ít vì trẻ chỉ có thể học tốt một thứ tiếng khác sau 6 tuổi).

Tất cả những điều này được trẻ tiếp thu trước khi tới trường.

Nếu được khuyến khích và đánh giá cao, quá trình học trong giai đoạn này sẽ diễn ra với tốc độ không thể tin được.

Chúng ta có thể làm mất đi khả năng học hỏi của trẻ bằng cách cô lập chúng. Đôi lúc chúng ta vẫn đọc thấy có trường hợp một cậu bé 13 tuổi được tìm thấy bị xích ở chân giường và người ta cho rằng cậu bé đó rất ngu ngốc. Trường hợp có thể ngược lại. Có vẻ như cậu ta ngốc thật vì cậu ta bị xích ở chân giường. Nhưng để nhận thức được vấn đề này chúng ta cần thấy rằng chỉ có những bố mẹ bị rối loạn tâm thần mới xích con như vậy. Bố mẹ xích con vì họ bị tâm thần và kết quả là trẻ sẽ bị tổn thương vì bị chối bỏ cơ hội được học.

Chúng ta có thể loại bỏ khao khát học của trẻ bằng cách giới hạn những gì trẻ được trải nghiệm. Thật không may là gần như cả thế giới đều làm điều này bằng cách hạ thấp tất cả những gì trẻ có thể học.

Chúng ta có thể tăng khả năng học của trẻ một cách đáng kể chỉ bằng cách đơn giản là loại bỏ các rào cản mà chúng ta đã áp đặt lên trẻ.

Chúng ta còn có thể nhân lượng kiến thức trẻ tiếp thu và khả năng của trẻ lên nhiều lần nếu biết đánh giá cao khả năng học và cho trẻ cơ hội đồng thời khuyến khích trẻ học.

Trong lịch sử đã có nhiều trẻ bị cách ly, nhưng cũng có nhiều trường hợp dạy trẻ con đọc và làm nhiều điều tuyệt vời khác bằng cách đánh giá cao và khuyến khích trẻ. Trong tất cả những trường hợp ấy, chúng ta đều thấy rằng kết quả của những việc làm như thế là trẻ học được vô số điều tuyệt vời và trẻ sẽ trở thành những người biết cách cân bằng và rất thông minh.

Chúng ta nên nhớ rằng những trẻ này không phải là thông minh sẵn có rồi người lớn trao cho chúng cơ hội được học, thay vào đó bố mẹ chúng chỉ cung cấp nhiều thông tin hết mức có thể cho trẻ ở giai đoạn đầu đời.

Hãy quan sát kĩ một đứa bé 18 tháng và xem nó làm gì.

Đầu tiên nó làm mọi người xao lãng.

Vì sao lại như vậy? Vì nó muốn tiếp tục tò mò. Nó không thể bị ngăn cản, kỉ luật hay kìm hãm mong muốn được học, dù chúng ta cố gắng thế nào đi chăng nữa – và chắc chắn chúng ta phải rất cố gắng.

Đứa bé muốn biết về cái đèn và tách café, về cái chao bóng đèn điện, về tờ báo... về tất cả mọi thứ trong phòng – nghĩa là nó có thể chạm vào bóng đèn, làm đổ cốc café, cho tay vào chao đèn và xé toạc tờ báo. Nó đang học hỏi một cách tự nhiên và chúng ta không thể ngăn cản.

Từ cách trẻ làm, chúng ta kết luận rằng trẻ rất hiếu động và không thể tập trung chú ý, trong khi sự thật đơn giản chỉ là trẻ chú ý đến mọi thứ. Trẻ rất tỉnh táo khi học hỏi về mọi thứ xung quanh. Trẻ nhìn, nghe, cảm nhận, ngửi và nếm. Chẳng còn cách nào khác để học ngoài việc trẻ sử dụng cả năm cách này.

Trẻ nhìn thấy chiếc đèn nên kéo nó xuống để cảm nhận, nghe, ngửi và nếm nó. Hãy cho trẻ cơ hội, trẻ sẽ làm tất cả những động tác này với cái đèn và cũng tương tự với các đồ vật khác trong phòng. Trẻ đang cố gắng hết sức để học và tất nhiên chúng ta cũng đang cố gắng hết sức để ngăn trẻ vì quá trình học này phải trả giá bằng nhiều thứ.

Những ông bố bà mẹ chúng ta đã nghĩ ra một vài biện pháp để đối phó với sự tò mò của trẻ và thật không may là hầu hết những biện pháp đó lại đều đánh mất khả năng học của trẻ.

Biện pháp phổ biến đầu tiên là đưa cho trẻ một đồ chơi nào đó mà trẻ không thể làm vỡ được. Thông thường có thể là một cái sắc xô màu hồng rất đẹp, hoặc cũng có thể là một đồ chơi gì đó phức tạp hơn. Khi nhìn thấy, trẻ lập tức chú ý vào đồ chơi (đó là lí do tại sao đồ chơi thường có màu sáng), lắc lắc để xem có phát ra tiếng kêu gì không (vì thế mà sắc xô có tiếng kêu), cảm nhận nó (vì thế mà đồ chơi không có cạnh sắc nhọn), nếm nó (nên sơn trên đồ chơi không độc) và thậm chí là ngửi nó (chúng ta vẫn chưa biết được đồ chơi phải có mùi gì vì thế nên chúng ta không ngửi). Quá trình này của trẻ chỉ diễn ra trong khoảng 90 giây.

Giờ thì trẻ đã biết tất cả những gì muốn biết về đồ chơi này và bắt đầu chuyển sang cái hộp đựng. Trẻ thấy cái hộp cũng thú vị như cái đồ chơi vậy, và tìm hiểu về cái hộp ấy – đó là lí do tại sao chúng ta nên mua đồ chơi để trong hộp. Quá trình này có thể cũng sẽ mất 90 giây. Thực tế là trẻ chú ý đến cái hộp nhiều hơn là đến đồ chơi. Vì trẻ được phép làm hỏng cái hộp và có thể còn biết cái hộp làm từ gì. Đây là ưu điểm mà trẻ không có được khi khám phá đồ chơi vì nếu làm hỏng đồ chơi thì khả năng học của trẻ tất nhiên sẽ giảm.

Vì thế việc mua đồ chơi đựng trong hộp dường như là cách tốt để làm tăng gấp đôi khả năng chú ý của trẻ. Nhưng liệu chúng ta có cho trẻ cơ hội được làm quen với nhiều vật dụng như vậy không? Câu trả lời thường là không. Nói ngắn gọn, chúng ta phải kết luận rằng khả năng chú ý của trẻ liên quan đến số lượng đồ chúng ta đưa trẻ học hơn là để cho trẻ tin như chúng ta vẫn thường làm, và trẻ có thể sẽ chú ý rất lâu.

Nếu quan sát một đứa trẻ, bạn sẽ thấy rất nhiều ví dụ như vậy. Thế nhưng, với rất nhiều ví dụ đập vào mắt như thế nhưng chúng ta vẫn thường đi đến kết luận rằng khi trẻ không chú ý lâu nghĩa là trẻ không thông minh. Điều suy luận này có nghĩa là trẻ (cũng giống như nhiều trẻ khác) không thông minh vì còn quá bé. Nhưng tự hỏi kết luận này của chúng ta là như thế nào nếu bắt gặp một đứa bé 2 tuổi ngồi chơi sắc xô một mình trong góc nhà suốt năm tiếng đồng hồ. Có lẽ bố mẹ của những trẻ như thế sẽ buồn lắm.

Phương pháp phổ biến thứ hai mà người lớn thường hay sử dụng là cho trẻ vào một cái cũi đồ chơi.

Thực ra thì cái cũi đồ chơi cũng chỉ là một cái cũi. Chúng ta nên tìm hiểu về những đồ như thế này và đừng nói rằng "Hãy mua cho con mình một cái cũi đồ chơi". Hãy nói sự thật và thừa nhận rằng chúng ta mua cho chính mình.

Có một bộ phim hoạt hình, bà mẹ ngồi trong một cái cũi đồ chơi, đọc truyện và cười mãn nguyện trong khi đứa con ở ngoài không thể đến gần mẹ. Bộ phim hoạt hình này ngoài yếu tố hài hước còn nhắn gửi một sự thật khác: người mẹ đã biết về thế giới có thể bị cách ly trong khi đứa trẻ ở ngoài vẫn còn nhiều thứ phải học và có thể tiếp tục quá trình khám phá của mình.

Chỉ rất ít bố mẹ nhận ra rằng một cái cũi đồ chơi thật sự có giá như thế nào. Cái cũi không chỉ cản trở khả năng tìm hiểu thế giới của trẻ mà một điều hiển nhiên là nó còn cản trở sự phát triển thần kinh do giới hạn khả năng bò của trẻ (một quá trình rất quan trọng đối với sự phát triển bình thường). Điều này dẫn tới sự phát triển tầm nhìn, khả năng dùng tay, hoạt động giữa tay và mắt và nhiều hoạt động khác cũng bị hạn chế.

Chúng ta thường tự thuyết phục mình rằng mua cũi để bảo vệ trẻ khỏi bị đau nếu không may nhai phải dây điện hay bị ngã. Thực ra, chúng ta đang nhốt trẻ lại để không phải đảm bảo là trẻ đang an toàn. Chúng ta là những người khôn nhỏ nhưng dại lớn.

Không biết là thông minh đến chừng nào nếu chúng ta sắm cho trẻ một cái cũi để cho trẻ bò và học trong suốt những năm tháng quan trọng của cuộc đời trong không gian chỉ dài 3,6m và rộng hơn 5m. Với một cái cũi như vậy, trẻ chỉ có thể bò theo một đường thẳng 3,6m trước khi nhận ra mình đã ở đầu bên kia. Một chiếc cũi như thế tất nhiên là cũng thuận tiện với bố mẹ vì nó chỉ tốn diện tích một góc nhà.

Chiếc cũi được sử dụng làm công cụ cản trở việc học của trẻ và không may là nó lại hiệu quả hơn nhiều so với sắc xô vì sau khi mất 90 giây để xem các đồ chơi mẹ đưa cho, trẻ sẽ ném nó đi.

Vì thế chúng ta đã thành công trong việc không cho trẻ phá đồ (cũng là một cách trẻ học). Cách tiếp cận này sẽ khiến trẻ thiếu khả năng suy nghĩ, học hỏi và cũng sẽ không thể kéo dài được lâu do chúng ta không thể chịu nổi tiếng trẻ kêu gào đòi ra; hoặc là, cứ giả sử chúng ta có thể chịu đựng được thì đến khi trẻ đủ cao để trèo ra ngoài và lại tìm kiếm những điều mới mẻ thì sao?

Vậy thì tất cả những điều trên đây có ám chỉ rằng chúng ta nên để trẻ làm vỡ cái đèn? Cũng không hẳn. Những điều này chỉ có nghĩa là chúng ta đang thiếu tôn trọng khao khát được học của trẻ, bất chấp tất cả những dấu hiệu rõ ràng mà trẻ đã bộc lộ rằng trẻ muốn được học tất cả mọi thứ, càng nhanh càng tốt.

Những câu chuyện không có thật vẫn tiếp tục được sáng tạo và giúp khám phá ra nhiều điều.

Có một câu chuyện về cậu bé 5 tuổi đang đứng trong sân trường thì máy bay bay ngang qua. Một cậu bé nói đó là máy bay siêu âm; những cậu bé khác thì không đồng ý vì sải cánh máy bay không rộng. Tiếng chuông vào học vang lên làm ngắt quãng cuộc tranh luận và một cậu bé nói "Chúng ta phải dừng tại đây và quay lại với chuỗi hạt kia".

Câu chuyện này không có thật nhưng lại ám chỉ một điều.

Hãy thử quan sát khi một đứa trẻ 3 tuổi hỏi bố: "Bố, sao mặt trời lại nóng?", "Sao một người thế kia lại chui được vào ti vi?", "Cái gì làm cho hoa nở?"

Khi đứa trẻ còn đang thể hiện sự tò mò với sinh học, điện tử và thiên văn thì chúng ta lại thường bảo trẻ ra chỗ khác và đi chơi đồ chơi. Đồng thời lại kết luận rằng nó còn bé, có giải thích nó cũng không hiểu và nó cũng sẽ không nhớ gì cả. Ít ra thì chắc chắn nó cũng đã có đồ chơi rồi.

Chúng ta thường rất thành công khi tách trẻ khỏi việc học trong giai đoạn mà trẻ thích học nhất của cuộc đời.

Não người rất đặc biệt, có thể nói rằng nó như một cái hộp chứa mà bạn bỏ vào càng nhiều thì nó càng chứa được nhiều.

Khoảng từ 9 tháng đến 4 tuổi, khả năng tiếp thu của trẻ không đồng đều, và mong muốn được học cũng cao hơn bất kì giai đoạn nào. Thế nhưng chúng ta lại luôn giữ cho trẻ sạch sẽ, được ăn ngon và an toàn với thế giới bên ngoài – và làm giảm khả năng học.

Thật là mỉa mai khi trẻ lớn hơn, chúng ta lại chê trách trẻ ngu dốt khi không muốn học thiên văn, vật lí hay sinh học. Chúng ta sẽ nói với trẻ rằng, học là điều quan trọng nhất trên cuộc đời này và quả đúng là như vậy.

Học cũng là trò chơi lớn nhất và vui nhất trong cuộc đời.

Chúng ta thường nghĩ rằng trẻ ghét học vì hầu hết chúng ta đều không thích hoặc thậm chí còn khinh thường trường học. Một lần nữa chúng ta lại phạm sai lầm với việc học ở trường. Không phải trẻ em nào đến trường cũng học – cũng giống như là không phải tất cả trẻ em đang học đều làm thế ở trường.

Theo kinh nghiệm của tôi thì lớp Một toàn là những thứ trẻ đã biết từ lâu rồi. Nói chung, các cô chỉ bảo trẻ đứng lên, ngồi xuống, giữ im lặng, chú ý nghe cô giảng, quá trình mà cô nói khá là vất vả với cả cô và trò nhưng sẽ giúp trẻ học được nhiều thứ.

Trong trường hợp của tôi, tài tiên đoán của cô giáo lớp Một có vẻ rất đúng; điều này khá là vất vả, ít nhất là trong 12 năm đầu, tôi không thích tí nào. Tôi chắc rằng không phải mình tôi có suy nghĩ ấy.

Quá trình học nên là một trò chơi thực sự vui vẻ nhất trong cuộc đời. Dù sớm hay muộn những người thông minh cũng sẽ nhận ra điều này. Bạn sẽ nghe nhiều người nói rằng "Một ngày tuyệt vời! Tôi học được rất nhiều điều mà trước đây chưa từng biết". Hoặc thậm chí cũng sẽ có người nói "Một ngày kinh khủng! Nhưng tôi đã học được vài điều"

Một kinh nghiệm mới đây được đúc kết từ hàng trăm trường hợp đã cho thấy trẻ nhỏ muốn học đến khi nào chúng không thể phân biệt được học và vui chơi. Chúng sẽ vẫn thích học đến khi bị người lớn thuyết phục rằng học không vui chút nào.

Nhóm chúng tôi đã nghiên cứu một trẻ 3 tuổi bị tổn thương não trong nhiều tháng và cô bé đã tiến đến được thời kì nên cho cô bé học đọc. Việc học đọc rất quan trọng với khả năng phục hồi của cô bé này vì không thể ngăn một chức năng đơn lẻ nào của não mà không ảnh hưởng đến các chức năng khác. Ngược lại, nếu chúng ta dạy một trẻ bị tổn thương não đọc, chúng ta sẽ giúp tăng khả năng nói và các chức năng khác. Vì lí do này mà chúng ta nên để những trẻ như thế được học đọc.

Cha của cô bé vẫn còn hoài nghi về việc dạy cô con gái 3 tuổi bị tổn thương não của mình học đọc. Ông chỉ bị thuyết phục khi khả năng nói và hoạt động thể chất của cô bé gần đây được cải thiện đáng kể.

Quay lại kiểm tra sau hai tháng, ông đã vui mừng kể câu chuyện này: dù đã đồng ý làm như được hướng dẫn nhưng ông không tin rằng nó sẽ mang lại hiệu quả. Ông cũng quyết định rằng nếu ông cố gắng dạy đứa con bị tổn thương não của mình học đọc thì ông sẽ phải tạo ra một môi trường "giống như lớp học".

Vì thế, ông đã xây một phòng học, có bàn, có bảng đen và bục giảng. Ông cũng bảo cả cô con gái 7 tuổi của mình tham gia.

Đúng như dự đoán, cô con gái 7 tuổi của ông mới nhìn thấy lớp học đã reo lên vui sướng. Cô bé có thứ đồ chơi lớn nhất trong khu vực này, lớn hơn cả một chiếc xe đẩy trẻ em, hơn cả ngôi nhà cho búp bê. Cô bé đã có trường của riêng mình.

Tháng Bảy, cô bé sang nhà hàng xóm và tìm thêm năm đứa bé từ 3-5 tuổi để chơi "trường học".

Tất nhiên bọn trẻ rất hào hứng và hứa sẽ ngoan ngoãn nên chúng có thể đi học như các anh các chị mình. Chúng chơi ở trường học năm ngày trong tuần trong suốt kì nghỉ hè. Cô bé 7 tuổi là cô giáo và những bé nhỏ hơn là học sinh.

Bọn trẻ không bị bắt phải chơi trò chơi. Đây chỉ đơn giản là trò tuyệt nhất mà chúng từng được chơi.

Trẻ nhỏ có thể học đọc

*Cách đây không lâu tôi thấy con gái mình
ngồi trong phòng khách và xem một quyển
sách tiếng Pháp. Cháu nói với tôi rằng
"Mẹ, con đã đọc hết sách tiếng Anh trong
nhà mình rồi."*

- BÀ GILCHRIST,
Newsweek

Trẻ nhỏ hoàn toàn có thể học đọc các từ, câu và đoạn
theo cách chúng học nói các từ, câu và đoạn.

Sự thật lại rất đơn giản – thú vị nhưng đơn giản.
Chúng ta đã nói rằng mắt nhìn được nhưng không hiểu
những gì đang nhìn và tai nghe được nhưng không hiểu
những gì đang nghe. Chỉ có não mới hiểu.

Khi tai nghe được một từ hay một thông điệp, thì
thông điệp âm thanh này bị bẻ vỡ thành nhiều xung lực

điện toán hóa học chuyển tới não, nơi sẽ tập hợp lại và hiểu theo nghĩa từ định truyền đạt.

Cũng theo cách y như vậy, khi mắt nhìn thấy một từ hoặc thông điệp, thông điệp hình ảnh này cũng bị bẻ vỡ thành nhiều xung lực điện toán hóa học và chuyển tới não để tập hợp lại và hiểu thông điệp.

Bộ não thực sự là công cụ thần kì.

Cả đường hình ảnh và âm thanh đều đi qua não, nơi cả hai thông điệp đều được chuyển hóa bằng quá trình giống nhau.

Tính sắc bén của hình ảnh và âm thanh gần như không có ảnh hưởng gì tới quá trình này, trừ khi chúng thực sự rất tồi.

Có nhiều loại động vật có thể nghe hoặc nhìn tốt hơn con người. Tuy nhiên, dù có nhìn hoặc nghe tốt đến đâu thì một con tinh tinh cũng không thể đọc từ "tự do" bằng mắt hoặc nghe hiểu bằng tai. Não của nó không có khả năng này.

Để hiểu về bộ não của loài người, chúng ta cần quan tâm đến thời kì bào thai hơn là lúc được sinh ra, vì quá trình hiểu của não phát triển từ giai đoạn này.

Từ khi còn là bào thai, não người đã phát triển nhanh chóng và có các nếp gấp.

Toàn bộ quá trình này sẽ hoàn thiện khi trẻ lên 6 tuổi.

Ở giai đoạn bào thai, trứng được thụ tinh có kích cỡ rất nhỏ. 12 ngày sau, phôi sẽ đủ lớn để não được khu biệt. Quá trình này xảy ra từ trước khi người mẹ biết mình mang bầu nên tốc độ tăng trưởng rất nhanh.

Dù tốc độ tăng trưởng nhanh như vậy, nhưng nó vẫn chậm hơn những ngày trước đó.

Đến khi sinh, trẻ sẽ nặng khoảng 2,5kg đến 3kg, lớn hơn hàng triệu lần so với trứng ở giai đoạn bào thai chín tháng trước. Điều hiển nhiên là nếu trong chín tháng tiếp theo, tốc độ tăng trưởng vẫn được như chín tháng đầu thì trẻ sẽ nặng gấp hàng nghìn lần khi được chín tháng tuổi và gấp hàng triệu lần khi được 18 tháng.

Quá trình phát triển của não phù hợp với mức tăng trưởng của cơ thể nhưng sẽ theo tỷ lệ giảm dần. Có thể nhận thấy rõ điều này khi so sánh tỷ lệ não trẻ em chiếm 11% trọng lượng cơ thể trong khi não người lớn chỉ chiếm 2,5%.

Khi trẻ lên 5, tốc độ tăng trưởng của não đã hoàn thành được 80%.

Còn khi trẻ lên 6 tuổi thì sự tăng trưởng này gần như đã hoàn thành.

Từ 6-60 tuổi, tốc độ phát triển của não chậm hơn so với năm từ 5-6 tuổi (năm phát triển chậm nhất trong 6 năm đầu đời).

Ngoài những kiến thức cơ bản về sự phát triển của bộ não, kiến thức về chức năng của não cũng rất quan trọng với loài người.

Não người chỉ có sáu chức năng thần kinh, đồng thời đây cũng là những chức năng phân biệt con người với các loài động vật khác.

Bề mặt não hay còn gọi là vỏ não có sáu chức năng. Những khả năng của con người sẽ được thể hiện trong sáu năm đầu đời.

1. Chỉ con người mới đi thẳng được hoàn toàn.

2. Chỉ con người mới có ngôn ngữ trừu tượng và biểu tượng.

3. Chỉ con người mới có thể kết hợp khả năng làm việc bằng tay và những công cụ được liệt kê ở trên để viết chữ.

   Ba kĩ năng trên đây là bản chất vận động (thể hiện) và được dựa trên ba kĩ năng còn lại liên quan đến giác quan (cảm nhận).

4. Chỉ có con người mới hiểu ngôn ngữ trừu tượng và biểu tượng mà mình nghe được.

5. Chỉ con người mới đọc được ngôn ngữ trừu tượng khi nó thể hiện dưới dạng viết.

6. Chỉ có con người mới phân biệt được đồ vật bằng cách chạm vào nó.

Một đứa trẻ 6 tuổi sẽ có khả năng của tất cả những chức năng này từ khi trẻ biết đi, nói, viết, đọc, hiểu ngôn ngữ nói và nhận dạng được đồ vật. Rõ ràng là từ thời điểm này chúng ta chỉ nói về sự tăng lên của sáu khả năng này của con người chứ không phải là những chức năng mới bổ sung nào khác.

Nói rộng ra, do cuộc đời của con người đều phụ thuộc vào sáu chức năng này nên việc tìm hiểu và miêu tả những giai đoạn khác nhau tạo nên một vòng đời là rất quan trọng.

GIAI ĐOẠN TỪ 0-1 TUỔI

Giai đoạn này rất quan trọng với toàn bộ tương lai của trẻ.

Sự thật là chúng ta quan tâm cho trẻ ăn uống, giữ ấm và sạch sẽ nhưng lại không để ý đến sự phát triển thần kinh của trẻ.

Nên làm gì với trẻ ở giai đoạn này có thể trở thành chủ đề cho cả cuốn sách. Chúng tôi đã nói rất nhiều về việc nên để cho trẻ có nhiều cơ hội được vận động, khám phá thể chất và trải nghiệm ở giai đoạn này. Nhưng xã hội và nền văn hóa hiện tại của chúng ta lại chối bỏ những cơ hội ấy của trẻ. Những cơ hội như thế khi được trao cho trẻ sẽ giúp trẻ phát triển thần kinh và thể chất. *Khả năng thần kinh và thể chất sau này sẽ được quyết định chủ yếu ở giai đoạn này, hơn bất kì giai đoạn nào khác trong đời.*

GIAI ĐOẠN TỪ 1-5 TUỔI

Trong giai đoạn này, chúng ta luôn nâng niu chăm sóc để trẻ không bị đau, mua cho trẻ nhiều đồ chơi và đưa trẻ đi học mẫu giáo. Và hoàn toàn không nhận thức được rằng chúng ta đang cố hết sức để ngăn cản trẻ học.

Những gì nên xảy ra với trẻ trong giai đoạn này là chúng ta nên giúp trẻ thỏa mãn niềm khao khát của mình, cung cấp cho trẻ những nguyên vật liệu dù ở bất cứ dạng gì đặc biệt là về mặt ngôn ngữ, dù ở dạng nói, viết hay đọc.

Trẻ nên học đọc ở thời kì này để có thể mở cánh cửa kho tàng vô giá của nhân loại đã có từ bao đời qua và làm chủ tri thức.

Trong những năm tháng không thể lấy lại này – những năm tháng mà trí tò mò của trẻ là vô hạn thì toàn bộ trí thông minh sẽ được hình thành. Việc trẻ trở thành người như thế nào, trẻ thích gì và có khả năng gì sẽ được quyết định ở giai đoạn này. Ngoài ra còn vô vàn những yếu tố ảnh hưởng khác khi trẻ lớn lên. Bạn bè, xã hội và nền văn hóa có thể ảnh hưởng đến công việc trẻ chọn và một trong số những yếu tố này có thể ảnh hưởng không tốt đến khả năng của trẻ.

Trong khi những yếu tố này có thể kết hợp để hạ thấp khả năng được tận hưởng cuộc sống khi trẻ lớn lên thì trẻ lại không thể làm tăng những khả năng đã được tạo dựng từ giai đoạn quan trọng này. Đó là lí do tại sao chúng ta cần cung cấp cho trẻ cơ hội nâng cao kiến thức để trẻ có thể tận hưởng hơn tất cả những thứ khác rất quan trọng.

Thật nực cười khi nghĩ rằng nếu trí tò mò của một đứa trẻ được thỏa mãn theo cái cách nó rất thích thì chúng ta đang tước đoạt tuổi thơ quí giá của trẻ. Thái độ như vậy sẽ không đáng để đề cập đến nếu nó không thường xuyên xảy ra. Tuy nhiên cũng có một số ít những ông bố bà mẹ tin rằng sẽ là đánh mất "tuổi thơ quí giá" của trẻ khi nhìn thấy trẻ hào hứng muốn đọc sách cùng mẹ, so với khi trẻ gào khóc đòi ra khỏi chiếc cũi hay khi trẻ chán ngấy với cả núi đồ chơi trước mặt.

Hơn nữa học trong giai đoạn tuổi này còn rất cần thiết và chúng ta đang cản trở bản chất tự nhiên khi cố gắng ngăn cản. *Đây là điều cần thiết để tồn tại.*

Một con mèo "nghịch" quả bóng len đơn giản chỉ vì nó coi quả bóng như vật thay thế cho con chuột. Còn khi một con chó cắn nhau với những con khác thì cũng chỉ là đang học cách tồn tại khi bị tấn công.

Sự tồn tại trong thế giới loài người phụ thuộc vào khả năng giao tiếp, và ngôn ngữ chính là một công cụ để giao tiếp.

Trò chơi của đứa trẻ, cũng như trò chơi của con mèo đều nhằm mục đích học hơn là giải trí.

Việc nắm được các hình thái của ngôn ngữ chính là một trong những mục đích đầu tiên trong những trò chơi của trẻ. Chúng ta phải quan sát cẩn thận vì những trò chơi như thế rất dễ bị nhầm là để giải trí.

Nhu cầu học trong giai đoạn này của trẻ rất cần thiết. Chẳng phải thật tuyệt vời khi trẻ được tạo ra với bản chất ham học hay sao? Và có khủng khiếp không khi ta hiểu nhầm về một đứa trẻ và đặt ra quá nhiều rào cản với bản chất của trẻ.

Từ 1-5 tuổi, bộ não của trẻ sẽ mở rộng để đón nhận mọi thông tin. Ở giai đoạn này, trẻ sẽ tiếp thu hết tất cả thông tin mà không phải nỗ lực phân loại. Trẻ có thể học đọc rất dễ dàng và tự nhiên, vì thế trẻ nên được tạo cơ hội để học.

Thời kì này trẻ còn có thể học ngoại ngữ, thậm chí là đến năm thứ tiếng. Nên cho trẻ học ngoại ngữ. Giờ thì trẻ có thể học rất dễ, nhưng về sau sẽ rất khó.

Ở lứa tuổi này trẻ cũng nên được tiếp cận với những thông tin cơ bản về ngôn ngữ viết mà trẻ sẽ phải cố gắng học trong bốn năm sau. Trẻ sẽ học nhanh và dễ dàng hơn.

Chúng ta sẽ không bao giờ có lại cơ hội này.

GIAI ĐOẠN TỪ 5-6 TUỔI

Đây cũng là giai đoạn cực kì quan trọng tới cả cuộc đời của trẻ.

Trong suốt thời kì này – thời kì kết thúc những ngày tháng dễ chỉ bảo, uốn nắn, trẻ sẽ bắt đầu đi học. Thật là một thời kì khó khăn! Mọi người không nhớ gì về quãng đời này dù nó đã xảy ra từ bao lâu đi chăng nữa? Đi học mẫu giáo và những năm sau đó luôn là kí ức sớm nhất mà người lớn lưu giữ. Nhưng người ta lại thường không nhớ đến với sự hào hứng.

Vì sao lại như vậy, khi mà trẻ rất thích học? Liệu chúng ta có thể hiểu điều này nghĩa là trẻ không thích học? Hay nó ám chỉ rằng chúng ta đang mắc phải một lỗi rất cơ bản và quan trọng?

Vậy thì lỗi đó có thể là gì? Hãy thử tìm hiểu sự thật.

Trong một số trường hợp, chúng ta thường đưa trẻ vốn có rất ít thời gian ngoài gia đình đến một môi trường xã hội hoàn toàn mới. Sẽ là một bản cáo trạng về hạnh phúc gia đình nếu trẻ đi học mà không cảm thấy nhớ nhà hay nhớ mẹ trong suốt giai đoạn này. Đồng thời, chúng ta bắt đầu giới thiệu với trẻ những nguyên tắc kỉ luật và nền giáo dục đầu đời.

Chúng ta phải nhớ rằng trẻ em có khả năng học rất lâu nhưng đánh giá thì rất ngắn. Kết quả là trẻ phải chịu đựng sự không vui vẻ gì khi phải xa mẹ và đến với nền giáo dục mới, vì thế từ giai đoạn này trẻ sẽ bắt đầu học với niềm hạnh phúc mơ hồ. Đây khó có thể là một khởi đầu tốt đẹp cho công việc quan trọng nhất trong đời.

Bằng cách này chúng ta cũng đã trao cho giáo viên một khối lượng công việc nặng nề. Thật đáng lo là giáo viên lại thực hiện công việc này với sự độc đoán chứ không phải niềm đam mê. Họ đã thể hiện điều này ngay từ lần đầu tiên vào lớp.

Sẽ tốt hơn cho học sinh, giáo viên và cả thế giới này biết bao nhiêu nếu ngay từ những ngày đầu đến trường, học sinh đã đạt được và duy trì niềm say mê học hành.

Nếu được như vậy thì niềm say mê đọc và học của trẻ sẽ tăng lên và tiến lên phía trước rất xa để hạn chế tối đa gánh nặng tâm lí khi rời xa sự che chở của mẹ.

Thực tế, khi cho trẻ học ở giai đoạn đầu đời, bạn sẽ rất hài lòng khi thấy rằng sự say mê học ở trẻ sẽ trở thành tình yêu đối với trường học. Một điều hiển nhiên nữa là khi trẻ không thấy khỏe, chúng thường giấu mẹ (nhưng ít khi giấu được) để chúng không phải nghỉ học ở nhà. Đây là điều thật đáng mừng ngược với thế hệ của chúng ta khi thường xuyên giả vờ ốm (nhưng thường không thành công) để được ở nhà.

Thiếu nhận thức về những vấn đề cơ bản này đã khiến chúng ta có những hành động tâm lý sai lầm. Từ quan điểm giáo dục, trẻ 7 tuổi đang bắt đầu học đọc nhưng còn xa mới đúng với sở thích, kiến thức và năng lực của trẻ.

Những gì nên xảy ra với trẻ trong giai đoạn từ 6-7 tuổi (giả sử những giai đoạn trước đây đều được nuôi dạy đúng đắn) này là: trẻ nên tận hưởng tất cả những gì được giới thiệu cho giai đoạn từ 6-14 tuổi.

Kết quả của quá trình này có thể là minh chứng rõ ràng; trừ phi chúng ta sẵn sàng chấp nhận giả thiết phớt lờ là tốt còn kiến thức sẽ học sau; và chơi đồ chơi sẽ giúp trẻ vui, trong khi học về ngôn ngữ và thế giới này thì không.

Cũng sẽ là ngu ngốc khi nghĩ rằng cho bộ não nhiều thông tin thì sẽ dùng hết, còn nếu để rỗng không thì sẽ bảo tồn được.

Người nào có càng nhiều thông tin trong não thì sẽ dễ dàng trở thành thiên tài, trong khi một người với bộ não trống rỗng thì sẽ bị gọi là đồ ngốc.

Khi cuộc cách mạng dịu dàng này bắt đầu, chúng tôi chỉ có thể nghĩ tới những trẻ được hưởng cơ hội này sẽ bị ảnh hưởng như thế nào. Tuy nhiên, cuốn sách *Những đứa trẻ dẫn đầu* của thạc sĩ Neil Harvey xuất bản năm 1994 đã cho biết những gì xảy ra về mặt thể chất, trí tuệ và xã hội với 134 trẻ học sớm. Trong bốn năm đầu đời, trẻ được học đọc, học toán, các hoạt động thể chất và rất nhiều kiến thức tổng hợp khác. Khi đến trường, gần

35% số trẻ này được học lớp chọn. Chúng cùng nhiều trẻ được học sớm khác trội hơn trong mọi môn học.

Lượng kiến thức chúng ta ngăn trẻ tiếp thu chính là thước đo sự thiếu nhiệt huyết đối với niềm đam mê học của trẻ. Trẻ đã học rất thành công bất chấp sự ngăn cản của chúng ta là chỉ báo với tài năng tiếp nhận thông tin.

Trẻ sơ sinh gần như không khác gì bản sao của một chiếc máy tính chưa được lập trình mặc dù giỏi hơn một chiếc máy tính như vậy.

Một chiếc máy tính có khả năng nhận khối lượng lớn thông tin mà không cần cố gắng.

Và trẻ nhỏ cũng vậy.

Một chiếc máy tính có thể phân loại và sắp xếp thông tin.

Một đứa trẻ cũng vậy.

Một chiếc máy tính có thể cho thông tin vào bộ nhớ tạm thời hay cố định.

Và một đứa trẻ cũng vậy.

Bạn không thể mong chờ chiếc máy tính cho bạn câu trả lời chính xác đến khi bạn cung cấp đủ thông tin về câu hỏi. Chiếc máy tính không thể làm được.

Và một đứa trẻ cũng không.

Khi bạn đưa đủ những thông tin cơ bản và hữu ích cho máy tính thì bạn sẽ nhận được câu trả lời chính xác và thậm chí là cả những đánh giá.

Bạn cũng sẽ nhận được như vậy từ một đứa trẻ.

Máy tính sẽ chấp nhận mọi thông tin bạn cài vào bất kể nó có đúng hay không.

Một đứa trẻ cũng vậy.

Chiếc máy tính sẽ không loại bỏ bất kì thông tin nào được đưa vào với dạng đúng.

Một đứa trẻ cũng thế.

Đến đây thì sự tương đương đã hết.

Nếu những thông tin sai được đưa vào máy tính nó có thể bị mất hết dữ liệu và phải lập trình lại.

Điều này không đúng với một đứa trẻ. Những thông tin được đưa vào não trẻ để lưu giữ lâu dài có hai điểm hạn chế. Thứ nhất là nếu bạn đưa thông tin sai trong sáu năm đầu đời thì sẽ rất khó để xóa nó. Thứ hai là sau sáu năm này, trẻ sẽ tiếp nhận thông tin rất chậm và khó khăn hơn nhiều.

Câu chuyện sau đây kể về một cô gái đẹp nhưng ít học và cưới được một người đàn ông giàu có. Anh chồng đã rất vất vả để dạy cô vợ học và gần như mọi thứ đã thành công. Nhưng một vài năm sau, trong khi đang xuống xe theo phong cách của một quí bà thì cái chuỗi vòng pha lê lại bị vướng vào xe và rơi vỡ mất, những hạt pha lê lăn ra khắp nơi.

"Khỉ thật", cô nàng hét lên: "Chuỗi hạt của tôi!"

Có thể những gì tiếp thu trong sáu năm đầu đời đã được thể hiện ở đây. Vì thế chúng ta nên cố gắng để chắc chắn rằng mọi điều trẻ tiếp thu là tốt và chính xác. Có người đã từng nói rằng: "Hãy giao cho tôi một đứa bé và trong sáu năm đầu đời bạn có thể dạy bé những gì bạn sẽ dạy sau này"

Không gì có thể chính xác hơn.

Mọi người đều biết rằng trẻ em ghi nhớ các sự việc rất dễ, ngay cả khi chúng không thực sự hiểu đi chăng nữa.

Mới đây chúng tôi đã thấy một cậu bé 6 tuổi ngồi đọc sách trong bếp khi mà chó đang sủa ầm ĩ, radio cũng đang bật còn mọi người trong nhà thì đang tranh luận gay gắt. Cậu bé đang học thuộc lòng bài thơ để trình bày ở trường vào hôm sau và cậu đã thành công.

Nếu yêu cầu người lớn học thuộc bài thơ để trình bày trên lớp thì nhiều khả năng họ sẽ hoảng sợ. Giả sử họ học được và sáu tháng sau được yêu cầu trình bày lại. Thật lạ là họ không thể làm được nhưng đứa trẻ thì hoàn toàn có thể.

Khi trẻ có thể tiếp thu và lưu giữ toàn bộ thông tin trong giai đoạn rất quan trọng này thì khả năng học ngôn ngữ sẽ rất tuyệt vời, và không quan trọng đó là ngôn ngữ nói mà trẻ học theo âm thanh hay ngôn ngữ viết mà trẻ học bằng hình ảnh.

Như đã nói, mỗi ngày trôi qua, khả năng tiếp nhận thông tin của trẻ *giảm xuống*, nhưng khả năng đánh giá lại tăng lên. Cuối cùng thì đường cong đi xuống và đường cong đi lên này sẽ gặp nhau.

Trước khi hai đường cong gặp nhau, có thể trẻ sẽ giỏi hơn người lớn ở một số mặt. Và khả năng học ngôn ngữ chính là một trong những điểm trội hơn ấy.

Hãy chú ý đến yếu tố dẫn tới khả năng học ngôn ngữ này.

Khi còn trẻ, tôi đã dành bốn năm để học tiếng Pháp và cũng đã từng đi Pháp hai lần, nhưng nói thật thì tôi chẳng nói được câu nào. Vậy mà một đứa bé Pháp lại có thể học tiếng Pháp rất tốt, sử dụng thành thạo các qui tắc ngữ pháp cơ bản trước khi lên 6 tuổi.

Có thể cũng hơi buồn khi bạn nghĩ về điều đó.

Đầu tiên mọi người có thể nghi ngờ rằng sự khác biệt không phải là giữa trẻ con với người lớn mà sự thật là đứa trẻ đó sống ở Pháp trong khi người lớn thì không, và vì thế nó sẽ tiếp xúc với tiếng Pháp mọi lúc mọi nơi.

Hãy cùng xem liệu có sự khác biệt nào không hay sự khác biệt nằm trong khả năng vô hạn của trẻ và sự khó khăn của người lớn khi học ngôn ngữ.

Có hàng chục nghìn sĩ quan quân đội Mỹ đã đăng kí ra nước ngoài và nhiều người trong số đó cố gắng học một thứ tiếng mới. Hãy lấy trường hợp thiếu tá John

Smith làm ví dụ. Thiếu tá Smith mới 30 tuổi và hoàn toàn khỏe mạnh. Anh cũng đã tốt nghiệp đại học và có chỉ số IQ trên mức trung bình 15 điểm. Smith đăng kí tới Đức.

Smith được gửi tới một trường tiếng Đức và học ba buổi tối một tuần. Trường ngôn ngữ quân đội là nơi rất tốt cho người lớn, được giảng dạy bằng hệ thống ngôn ngữ nói và có rất nhiều giáo viên giỏi.

Thiếu tá Smith học tiếng Đức rất chăm chỉ, vì nó rất quan trọng với công việc của anh và anh thường xuyên tiếp xúc, nói chuyện với những người nói tiếng Đức và tiếng Anh hàng ngày.

Một năm sau, khi Smith dẫn cậu con trai 5 tuổi đi mua sắm, cậu bé có thể nói chuyện khá tốt với người Đức trong khi Smith thì không.

Vì sao vậy?

Smith thì được những giáo viên người Đức giỏi nhất dạy tiếng nhưng vẫn không nói được, trong khi cậu con trai 5 tuổi thì lại có thể!

Vậy ai đã dạy cậu bé. Thực ra chẳng có ai cả. Chỉ đơn giản là vì cậu bé ở nhà cả ngày với một cô giúp việc nói tiếng Đức. Vậy ai đã dạy cô giúp việc? Cũng chẳng ai cả.

Người bố được dạy tiếng nhưng lại không nói được.

Còn cậu con không được dạy thì lại nói được.

Để người đọc không tin rằng sự khác biệt là do môi trường chứ không phải do khả năng của trẻ em và người lớn, hãy cùng chúng tôi xem tiếp trường hợp bà Smith cũng cùng sống ở nhà với cô giúp việc như cậu con trai. Bà Smith cũng không nói được gì nhiều hơn Smith và còn kém cậu con trai rất nhiều.

Nếu sự nhầm lẫn của chúng ta về khả năng học ngoại ngữ khi còn bé không quá đáng buồn và lãng phí thì có thể sẽ rất hài hước.

Nếu nhà Smith mang theo mấy đứa con tới Đức, thì sự thành thạo ngôn ngữ sẽ tỷ lệ nghịch với độ tuổi của các thành viên.

Nếu có một đứa bé 3 tuổi thì nó sẽ học tiếng Đức giỏi nhất.

Đứa 5 tuổi cũng học được nhiều nhưng không nhiều bằng đứa 3 tuổi.

Tương tự, đứa 10 tuổi cũng học được nhiều nhưng kém đứa 5 tuổi.

Còn đứa 15 tuổi thì sẽ học được ít và rất chóng quên.

Đáng buồn là ông bà Smith lại là hai người gần như không học được gì.

Những trường hợp như ví dụ trên đây gần như xảy ra trên toàn thế giới. Chúng ta đã biết đến nhiều trẻ học tiếng Pháp, Tây Ban Nha, Nhật hay Iran trong những hoàn cảnh tương tự như trên.

Điểm cần nhấn mạnh ở đây không phải là khả năng học ngoại ngữ bẩm sinh của trẻ mà là người lớn không có khả năng học ngoại ngữ.

Nhiều người đã lo lắng khi nghĩ đến hàng triệu đô la bị tiêu tốn mỗi năm để các trường phổ thông và đại học tại Mỹ dạy ngoại ngữ cho người lớn - đối tượng gần như không có khả năng học.

Hãy xem liệu họ có thực sự học ngoại ngữ ở trường phổ thông hay đại học.

Nếu sau bốn năm học tại trường của Pháp, một người có thể vào nhà hàng và gọi phục vụ mang cho một ly nước, nhưng phải cố gắng để giải thích anh ta muốn một ly nước đá. Điều này đã đủ thuyết phục rằng bốn năm học tiếng Pháp là không đủ. Nhưng khoảng thời gian đó lại là thừa với một đứa trẻ.

Không có vấn đề gì ngoài sự thật rằng trẻ nhỏ với vóc dáng kém xa người lớn lại giỏi hơn người lớn ở nhiều mặt và một trong những mặt đó là khả năng tiếp nhận ngôn ngữ đáng kinh ngạc.

Chúng ta đã chấp nhận điều này mà không nghĩ rằng đây thực sự là khả năng kì diệu.

Một đứa trẻ bình thường gần như có thể học hết một ngôn ngữ khi ở độ tuổi từ 1-5.

Trẻ học bằng đúng chất giọng của quốc gia mình, của quê hương, thành phố và gia đình mình. Trẻ học không phải nỗ lực mà lại rất chính xác. Ai đã có thể làm được điều này?

Nhưng mọi chuyện không dừng ở đó.

Đứa trẻ nào được lớn lên trong môi trường song ngữ sẽ học cả hai thứ tiếng trước khi lên 6 tuổi. Hơn nữa, trẻ sẽ học ngoại ngữ đó bằng chất giọng chính xác ở nơi bố mẹ đã từng học tiếng đó.

Một đứa trẻ được sinh ra trong nhà có ba ngôn ngữ thì sẽ nói được ba thứ tiếng trước khi lên 6 tuổi, và cũng tương tự như vậy với các ngôn ngữ khác.

Cách đây nhiều năm, khi còn ở Brazil, chúng tôi đã gặp một cậu bé 9 tuổi cũng không thông minh lắm nhưng có thể hiểu, đọc và viết được chín thứ tiếng một cách trôi chảy. Avi Roxannes sinh ra ở Cairo (tiếng Pháp, Ả Rập và tiếng Anh) và ông cậu bé (là người Thổ Nhĩ Kỳ) cũng sống cùng gia đình cậu. Khi được 4 tuổi gia đình cậu chuyển đến sống ở Israel và bà nội (là người Tây Ban Nha) cũng đến sống cùng với gia đình. Ở Israel, cậu bé học thêm được ba thứ tiếng khác (Hebrew, Đức và tiếng Yiddish) và sau đó khi lên 6 gia đình cậu lại chuyển đến sống ở Brazil (nói tiếng Bồ Đào Nha).

Bố mẹ Avi cũng cố gắng nói chuyện bằng nhiều thứ tiếng với cậu, họ rất khéo léo chuyển cuộc đối thoại bằng cả chín thứ tiếng (từng người một hoặc là cả hai). Bố mẹ Avi giỏi ngoại ngữ hơn so với nhiều người lớn khác, họ học năm thứ tiếng khi còn bé nhưng tất nhiên về tiếng Anh và Bồ Đào Nha thì họ còn kém xa Avi vì họ học hai thứ tiếng này khi đã lớn.

Chúng tôi cũng đã nhắc đến nhiều trường hợp được nhiều tài liệu ghi lại về những gì đã xảy ra khi bố mẹ dạy con cái những điều từ trước đến nay vẫn được coi là đặc biệt ngay từ khi chúng còn bé.

Một trong những trường hợp ấy là Winifred và mẹ là Winifred Sackville Stoner đã viết cuốn sách *Giáo dục tự nhiên* được xuất bản năm 1914.

Bà mẹ này đã khuyến khích và tạo điều kiện cho con mình được học ngay từ khi sinh ra. Chúng ta sẽ thảo luận về kết quả của quá trình này sau. Còn bây giờ hãy xem bà Stoner đã nói gì về khả năng của con gái mình với ngôn ngữ khi mới 5 tuổi:

"Ngay khi Winifred thể hiện mong muốn của mình tôi đã dạy cháu tiếng Tây Ban Nha thông qua các đoạn hội thoại và phương pháp tương tự khi tôi dạy tiếng Anh. Tôi chọn tiếng Tây Ban Nha là ngôn ngữ thứ hai vì đây là thứ tiếng đơn giản nhất trong các ngôn ngữ châu Âu. Khi lên 5 tuổi, Winifred đã có thể thể hiện suy nghĩ của mình bằng tám thứ tiếng và tôi tin rằng con số này có thể tăng lên gấp đôi nếu tôi tiếp tục cho cháu chơi trò cấu tạo từ bằng nhiều thứ tiếng khác nhau. Nhưng giờ đây tôi nghĩ tiếng Esperanto có thể sẽ trở thành phương tiện giao tiếp quốc tế, và ngoài việc phát triển khả năng ngôn ngữ thì kiến thức về nhiều thứ tiếng có thể giúp ích cho con gái tôi"

Về sau bà Stoner còn nói rằng "phương pháp dạy ngoại ngữ thường sử dụng trong các trường phổ thông thông qua các qui luật ngữ pháp đã chứng minh là không hiệu quả khi mục đích của việc học ngoại ngữ là học sinh phải thể hiện được suy nghĩ của mình bằng thứ tiếng đó".

Bạn hãy nhớ rằng trẻ có khả năng đặc biệt để học ngôn ngữ nói nhưng thực ra quá trình học ngôn ngữ nói và ngôn ngữ viết là hoàn toàn như nhau.

Vậy tiếp theo không phải là trẻ nhỏ cũng có khả năng đặc biệt để đọc một ngôn ngữ nào đó? Thực tế là nếu cho trẻ cơ hội trẻ cũng sẽ thể hiện khả năng tốt như vậy. Hãy cùng xem một số ví dụ sau:

Khi một người hoặc một nhóm nghiên cứu tìm ra được ý tưởng nào mới thì phải thực hiện một số công việc trước khi phổ biến rộng rãi ý tưởng và tìm kiếm mới ấy.

Đầu tiên tìm kiếm này phải được thử nghiệm trong thực tế để xem mức hiệu quả của nó đến đâu. Có thể tốt, có thể xấu hoặc không vấn đề gì.

Tiếp theo, dù ý tưởng ấy có mới đến đâu thì cũng rất có khả năng đã có người nghĩ ra và sử dụng từ trước và có thể họ đã báo cáo kết quả nghiên cứu ở đâu đó.

Đây không chỉ là đặc quyền mà thực ra là bổn phận của những người khi tiến hành nghiên cứu là phải tìm hiểu các tài liệu đã có để xem đã có ai nói về vấn đề đó hay chưa. Điều này thực sự rất cần thiết ngay cả khi đó có vẻ là ý tưởng hoàn toàn mới.

Trong những năm từ 1959-1962, chúng tôi nhận thấy có nhiều người cả ở nước Mỹ và trên thế giới đã nghiên cứu về việc đọc của trẻ em. Chúng tôi đều biết họ đã nói gì và làm gì. Trong khi chúng tôi đồng ý với những gì họ đã làm và chắc chắn rằng đó là việc tốt thì chúng tôi vẫn tin rằng nền tảng của quá trình học là thần kinh chứ không phải tâm lý, cảm xúc hay giáo dục.

Khi bắt đầu nghiên cứu, có bốn vấn đề chúng tôi rất ấn tượng:

1. Việc dạy trẻ con học đọc không phải là vấn đề mới mà đã có từ nhiều thế kỉ trước đó.

2. Thông thường mọi người đều làm rất giống nhau dù lí do và triết lí khác nhau.

3. Những người dạy trẻ đọc sử dụng hết tất cả các hệ thống dù kĩ thuật có khác nhau nhưng vẫn có nhiều điểm chung.

4. *Điều quan trọng nhất là, trong tất cả các trường hợp dạy trẻ đọc, những ai cố gắng thì đều thành công dù phương pháp có khác nhau.*

Nhiều trường hợp đã được nghiên cứu và ghi chép lại cẩn thận. Chỉ có một số ít trường hợp thể hiện rõ ràng hơn Winifred đã được nhắc đến ở trên. Bà Stoner cũng đã kết luận giống như chúng tôi khi ở viện nghiên cứu dù bà không tiếp cận từ quan điểm thần kinh như chúng tôi.

Trong *Giáo dục tự nhiên*, bà Stoner đã viết:

"Khi cháu được 6 tháng tuổi, tôi đã đặt một tấm bìa các tông cao 1,2m màu trắng quanh bức tường ở phòng cháu. Một mặt của bức tường tôi dán các chữ cái được cắt ra từ giấy bóng màu đỏ. Còn mặt kia là những từ đơn giản được ghép từ những chữ cái ấy và được xếp theo hàng như: mèo, chó, lợn, mũ... Bạn sẽ thấy rằng ở đây chỉ có danh từ.

"Sau khi Winifred học hết các chữ cái tôi bắt đầu dạy các từ trên tường bằng cách đánh vần và tạo nhịp điệu cho những từ ấy... Thông qua những trò chơi cấu tạo từ như thế này, trí nhớ của Winifred sẽ có ấn tượng với những gì tôi đọc và cháu đã đọc được khi được 16 tháng tuổi, mà không cần phải luyện các bài tập đọc. Bốn người bạn của tôi đã thử phương pháp này và cũng đã thành công vì trẻ có thể đọc được những văn bản đơn giản bằng tiếng Anh trước khi lên 3 tuổi".

Câu chuyện này cũng chưa phải là trường hợp đặc biệt.

Năm 1918, một trường hợp khác cũng đã được báo cáo. Đứa bé có tên là Martha (tên thường gọi ở nhà là Millie), bố là luật sư và đã dạy cho cô bé đọc từ khi mới được 19 tháng tuổi.

Martha là hàng xóm của Lewis Terman, một nhà giáo dục. Terman cũng rất ngạc nhiên về thành công của bố Martha trong việc dạy cô con gái đọc. Ông đã yêu cầu cha cô bé viết một bản kế hoạch chi tiết những gì đã làm. Về sau bản kế hoạch này đã được xuất bản do Terman giới thiệu trong cuốn *Nhật kí tâm lý ứng dụng* tập 2 (năm 1918).

Thật trùng hợp là bố Martha cũng dùng những khối chữ cái màu đỏ để tạo từ như mẹ Winifred.

Khi nhắc đến Martha trong bản nghiên cứu về gen và khả năng của những đứa trẻ xuất chúng (năm 1925), Terman đã viết:

"Cô bé này đã đạt kỉ lục thế giới về khả năng biết đọc sớm. Khi mới được 26 tháng tuổi, lượng từ vựng của cô bé đã lên tới hơn 700 từ, và từ khi được 21 tháng cô bé đã đọc và hiểu được những câu đơn giản nhờ biết kết nối tư duy chứ không phải tách ra từng từ. Ở tuổi này, cô bé cũng đã phân biệt và gọi tên được các màu cơ bản.

"Đến khi được 23 tháng tuổi, cô bé bắt đầu thể hiện cảm giác thích thú khi đọc. Đến 24 tháng, cô bé đã đọc được hơn 200 từ, và đã tăng lên đến 700 từ trong hai tháng tiếp theo".

"Khi được 25 tháng, cô bé đã có thể đọc trôi chảy và đọc cho chúng tôi nghe những câu trước đây cô bé chưa gặp bao giờ. Ở độ tuổi này, khả năng đọc của cô bé đã tương đương với một trẻ 7 tuổi đã đi học một năm".

Viện Nghiên cứu Tiềm năng Con người ở Philadelphia đã phát hiện ra rằng có thể dạy trẻ bị tổn thương não đọc tốt. Điều này không chứng minh rằng những trẻ như thế giỏi hơn những trẻ bình thường; chỉ đơn giản là trẻ con đều có thể học đọc.

Và người lớn chúng ta cũng nên cho phép trẻ làm như vậy vì lí do trước hết là trẻ thích học.

Chương 4

Trẻ nhỏ đang học đọc

Nghe có vẻ buồn cười khi nói rằng một đứa trẻ 3 tuổi có thể học đọc nhưng khi chúng tôi đi siêu thị, trẻ có thể đọc tên của rất nhiều mặt hàng.

- NHỮNG NGƯỜI CÓ CON 3 TUỔI

Tháng Mười một năm 1962, trong một cuộc hội thảo về sự phát triển thần kinh ở trẻ nhỏ với sự tham gia của các nhà giáo dục, bác sĩ và đông đảo những người quan tâm, một quan sát viên giáo dục đã kể lại câu chuyện sau đây.

Ông đã làm về giáo dục được 30 năm. Hai tuần trước khi diễn ra cuộc hội thảo, một giáo viên mầm non đã kể rằng khi cô chuẩn bị đọc sách cho trẻ lớp 5 tuổi thì một trẻ đã xung phong lên đọc. Cô giáo nói rằng đây là cuốn sách mới và các em chưa bao giờ đọc nhưng cậu bé kia vẫn nài nỉ và nói rằng mình có thể đọc được. Cô giáo nghĩ rằng có lẽ cách tốt nhất để khuyên can cậu bé là cứ để cho cậu đọc thử. Và cậu bé đã làm được. Cậu đọc to, rõ ràng và trôi chảy hết cả cuốn sách cho cả lớp nghe.

Quan sát viên cho biết trong suốt 32 năm làm trong ngành giáo dục, thỉnh thoảng ông vẫn nghe nói đến những trường hợp trẻ 5 tuổi có thể đọc sách, nhưng chưa bao giờ ông được tận mắt chứng kiến. Tuy vậy, ông vẫn tin rằng trong ba năm trở lại đây, các nhà trẻ đều có ít nhất một trẻ có thể đọc được sách.

32 năm trôi qua nhưng không có trẻ 5 tuổi nào biết đọc nhưng chỉ ba năm trở lại đây mỗi trường lại có ít nhất một trẻ biết đọc! Nhà giáo dục đề cập đến việc ông đã điều tra từng trường hợp để xem ai đã dạy trẻ đọc.

"Các bạn có biết ai đã dạy những trẻ như thế đọc không?" ông hỏi các chuyên gia phát triển trẻ em – những người chủ trì cuộc hội thảo.

"Có", chuyên gia nói, "tôi nghĩ là mình biết. Không có ai dạy chúng cả."

Quan sát viên đồng ý rằng đó cũng là một trường hợp.

Trong trường hợp không ai dạy trẻ đọc thì cũng đồng nghĩa với việc không ai dạy trẻ hiểu ngôn ngữ nói. Hiểu theo nghĩa rộng hơn thì người lớn chỉ là nhân tố thêm vào môi trường của trẻ để dạy trẻ đọc, cũng như dạy trẻ hiểu ngôn ngữ nói.

Bằng việc xem quảng cáo truyền hình với những từ được viết rất to và phát âm rõ ràng, trẻ đã bắt đầu học đọc một cách không nhận thức. Từ việc hỏi người lớn một số câu mà người lớn không nhận thức được điều gì đang xảy ra, khả năng đọc của trẻ sẽ tăng lên. Bằng cách đọc truyện cho con nghe, bố mẹ đã giúp con gia tăng vốn từ vựng.

Còn trong những trường hợp bố mẹ biết điều gì đang xảy ra thì họ sẵn sàng giúp con học. Nói chung họ đều làm vậy bất chấp những dự đoán mơ hồ rằng sẽ có điều gì đó thật kinh khủng và khó khăn xảy ra với trẻ nếu họ giúp trẻ học đọc trước khi đến tuổi đi học.

Dù không công bố gì về công trình nghiên cứu cho tới giữa năm 1963, thì vẫn có hàng trăm giáo sư và sinh viên cao học đến thăm viện nghiên cứu, những người từ trước năm 1963 đã thấy được niềm đam mê của chúng tôi trong việc dạy trẻ con học đọc.

Ngoài ra còn có hơn 400 ông bố bà mẹ có con bị tổn thương não cũng đang dạy con học ở nhiều giai đoạn khác nhau theo hướng dẫn của chúng tôi. Có hơn 100 trẻ từ 1-5 tuổi bị tổn thương não, còn trẻ từ 6 tuổi trở lên cũng là hơn 100.

Thông tin của chúng tôi bị rò rỉ ra ngoài là điều không thể tránh được. Đầu năm 1963, chúng tôi nhận được hàng trăm lá thư. Nhưng đến giữa năm 1963, theo một bài báo trong tạp chí quốc gia thì con số này đã lên tới hàng nghìn.

Các bà mẹ ở Mỹ và từ khắp nơi trên thế giới đã viết thư cho chúng tôi. Chúng tôi rất vui mừng và hài lòng khi biết rằng rất nhiều ông bố bà mẹ đang dạy những đứa con mới chỉ 2 hoặc 3 tuổi của mình học đọc. Nhiều người còn dạy sớm hơn. Nhiều trẻ giờ đã học đại học hoặc tốt nghiệp. Những bức thư này chính là minh chứng sống động về khả năng đọc của trẻ nhỏ.

Đây là một số đoạn trích từ các bức thư mà chúng tôi đã nhận được:

"... Tôi nghĩ có thể ông sẽ rất vui khi biết rằng tôi đã dạy con tôi đọc từ 17 tháng trước. Tôi không làm theo hệ thống và thực tế cũng không biết rằng thời điểm đó là hơi khác thường. Nó xuất phát đơn giản từ sở thích đọc sách của tôi, nên tôi cũng đọc cho con nghe từ khi còn rất bé và sau đó tôi bị ốm mất vài tháng.

Chúng tôi có trò chơi với những chữ cái cao khoảng 5-6cm và các tấm bìa ghi những chữ cái đơn giản. Con gái tôi ngay lập tức bị những chữ cái ấy thu hút và tìm kiếm trong quyển sách nhỏ của chúng tôi.

Khi chưa đến tuổi mẫu giáo, con tôi đã có thể đọc báo về các vụ cháy khiến nó rất sợ và đó chính là những quyển sách vỡ lòng đầu tiên.

Giờ đây, con tôi đã là sinh viên đại học, nó rất thành công về mặt xã hội và thể thao cũng như nhiều kĩ năng khác. Đó chính là những gì sẽ xảy ra khi nó có thể đọc trước khi được 3 tuổi...

... Trường hợp của con gái tôi đã chứng minh điều này. Bây giờ nó đã 15 tuổi học lớp 11 và sắp trở thành sinh viên.

... Con gái tôi rất tuyệt vời, các bạn và thầy cô giáo đều yêu quí nó...

Chồng tôi là thương binh... Cả tôi và chồng đều không được học hành nhiều để có thể tìm được công việc tốt. Anh ấy mới học đến lớp Năm còn tôi đến lớp Tám. Chúng tôi kiếm sống bằng nghề bán báo dạo... Chúng tôi đã mua một cái xe mooc dài hơn 5m và con gái tôi được nuôi dạy trong cái xe mooc ấy. Khi được 10 tháng tuổi tôi đã mua cho con quyển sách đầu tiên. Đó thực sự chỉ là quyển sách vỡ lòng với các đồ vật và chữ cái đầu tiên. Trong sáu tháng, con bé có thể gọi tên được các đồ vật. Lên 2 tuổi, tôi mua cho cháu một quyển sách vỡ lòng khác (và nhiều quyển khác nữa). Chúng tôi thường phải đi khắp nơi và đó chính là khoảng thời gian tuyệt vời để dạy cháu. Mỗi khi dừng lại ở một thành phố khác, nó lại cần một thứ gì đó để đọc. Nếu tôi bán hàng thì chồng tôi sẽ phải trông nó. Con bé luôn muốn biết cách phát âm của những từ khác nhau và chồng tôi đã dạy nó. Chúng tôi không bao giờ dạy con bằng chữ cái, khi nào đi học nó sẽ học sau. Đến năm 6 tuổi, con bé đi học lớp Một và không gặp phải khó khăn gì. Và chúng tôi vẫn sống trong chiếc xe moóc. Chúng tôi có cả một thư viện trong chiếc xe này.

Tôi biết đây là một bức thư dài và nghe có vẻ quan trọng nhưng thực ra thì không phải vậy. Tôi biết rằng nếu bố mẹ dành thời gian và cho con cơ hội thì con họ cũng sẽ làm được như con gái chúng tôi. Bạn không thể xốc trẻ dậy, đưa đến trường rồi mong trẻ sẽ học nhanh chóng mà không có nền tảng từ trước.

… Nếu ông nghĩ rằng bức thư này có thể giúp ích cho các ông bố bà mẹ khác thì ông có thể in nó. Điều tôi muốn nói ở đây là tôi biết rằng "Ai cũng có thể dạy con đọc!"

"Thưa các vị:

… Tôi muốn nói thêm rằng cả một người không chuyên nghiệp như tôi cũng có thể làm được điều này… cháu lớn nhà tôi đã có thể học bảng chữ cái trước khi được 18 tháng tuổi…

… khi được 3 tuổi cháu toàn hỏi các biển hiệu có nghĩa là gì… và cháu có thể đọc được trước khi đi học mẫu giáo. Tôi không giúp gì nhiều ngoài việc trả lời các câu hỏi. Dù bây giờ mới học lớp Một và học viết chính tả nhưng cháu đã có thể đọc được sách, làm toán lớp Hai và là một trong những học sinh dẫn đầu lớp. Liệu có phải chỉ số IQ tăng lên nhờ việc đọc sớm hay việc đọc được sớm là do IQ cao?

… Tôi không có nhiều thời gian để nói chuyện với cháu thứ hai, và kết quả là cháu học không khá lắm. Tôi rất ân hận vì đã không quan tâm được nhiều đến cháu và có thể đó sẽ là bất lợi trong suốt cuộc đời của cháu sau này.

… nhưng dù sao thì hai con tôi đều rất thích học và có thể đọc rất nhiều ngay từ bé khi đó mới chỉ là trò chơi với chúng."

Thưa ngài:

… cuối cùng thì tôi cũng nhận ra sự thật rằng trẻ 2,3 hay 4 tuổi đều có thể học đọc và muốn học đọc. Con gái tôi biết tất cả các chữ cái và có thể đọc vài từ khi mới 2 tuổi. Sau sinh nhật 3 tuổi được vài ngày, con bé đột nhiên nhận ra rằng dường như đọc một chuỗi từ liên tiếp sẽ có thể tạo thành câu. Từ lúc đó, khả năng đọc của nó tiến bộ rất nhanh chóng và đến 4 tuổi rưỡi thì con bé có thể đọc được như một học sinh lớp Hai".

Còn một bác sĩ tại Phần Lan đã có những lời nhận xét như thế này:

Thưa ông:

Tôi đã dạy hai trong ba đứa con của tôi học khi được hơn 4 tuổi với phương pháp hơi khác nhau một chút.

Những ý kiến của ông nghe có vẻ rất thuyết phục. Từ kinh nghiệm của mình tôi thấy rằng phương pháp của ông hoàn toàn tốt hơn phương pháp của tôi, và sang năm tôi sẽ cố gắng áp dụng nó với đứa con út (giờ mới được 7 tháng tuổi).

Ở Phần Lan, việc cho trẻ chưa đến tuổi đi học học đọc được coi như nói đến những thông tin về giới tính trước tuổi. Tuy nhiên khi kiểm tra 200 trẻ chưa đến tuổi đi học tôi đã thu được những kết quả sau: 10% trẻ đọc khá tốt và hơn 1/3 biết các chữ cái.

Tôi nghĩ phát triển não là công việc quan trọng và thử thách nhất trong thời đại chúng ta, và theo tôi thì ông đã thực sự đi tiên phong trong lĩnh vực này.

Cần phải nói rõ rằng những bà mẹ này đã dạy con đọc, hay khám phá ra khả năng đọc của con trước khi xuất bản cuốn sách này và đã được chứng thực bằng những phương pháp được đưa ra ở đây. Đó chỉ là những chữ cái đơn giản từ những bà mẹ nhận thức được rằng con cái của họ có thể học đọc, đang học đọc và nên học đọc trước tuổi đến trường.

Nhiều năm qua, tiến sĩ Moore đã tiến hành nghiên cứu tại Yale để dạy trẻ em chưa đến tuổi đi học học đọc. Ông thấy rằng dạy một trẻ 3 tuổi học đọc dễ hơn trẻ 4 tuổi, trẻ 4 tuổi dễ hơn trẻ 5 tuổi và trẻ 5 tuổi dễ hơn trẻ 6 tuổi.

Và tất nhiên là dễ dàng hơn rồi.

Vậy thì, đã bao nhiêu lần chúng ta nghe nói rằng trẻ em không thể học đọc đến khi chúng lên 6 tuổi và cũng không nên học?

Năm 1984, Maria Montessori đã trở thành sinh viên nữ đầu tiên tốt nghiệp trường y Italia. Tiến sĩ Monterssori rất quan tâm đến nhóm trẻ không được quan tâm chú ý và bị cho là "những trẻ chậm chạp". Những nhận xét như vậy là không khoa học vì có hàng trăm lí do để giải thích tại sao trẻ lại chậm phát triển. Tuy nhiên, Montessori đã mang đến cho nhóm trẻ này cả những kiến thức y học lẫn sự cảm thông và yêu thương của một người phụ nữ.

Làm việc với những trẻ như vậy, Maria bắt đầu thấy rằng chúng có thể được đào tạo để thể hiện tốt hơn, và điều đó thực sự đúng nếu những chương trình đào tạo như thế được bắt đầu từ sớm trước khi trẻ đi học.

Tiến sĩ Montessori cho rằng khi được hơn 1 tuổi thì những trẻ này nên được tiếp cận và dạy bảo thông qua các phương tiện truyền thông, nghe nhìn và xúc giác. Kết quả cho thấy rất khả quan khi những trẻ bị coi là chậm chạp này có thể làm tốt như những trẻ bình thường. Cuối cùng, tiến sĩ Montessori đã kết luận trẻ đang không thể hiện đúng khả năng của mình và chúng ta nên cho trẻ cơ hội.

Các trường của Montessori dành cho những trẻ khiếm khuyết và cả trẻ bình thường đã xuất hiện từ lâu ở khắp châu Âu. Hiện nay có rất nhiều trường Montessori ở Mỹ dạy những trẻ chưa đến tuổi đi học thể hiện được khả năng của mình. Trẻ được tham gia vào nhiều chương trình từ khi 3 tuổi và cuối cùng thì phần lớn trẻ đều đọc được khi lên 4 tuổi.

Một năm sau khi chương trình dạy trẻ đọc được giới thiệu ở viện nghiên cứu, có 231 trẻ bị tổn thương não đã được học đọc. Trong số đó có 143 trẻ dưới 6 tuổi. Số còn lại là 6 tuổi hoặc lớn hơn và đều không biết đọc trước khi tham gia chương trình này.

Như đã nói, điều này không chứng minh rằng trẻ bị tổn thương não giỏi hơn những trẻ bình thường, mà chỉ đơn giản là những trẻ bình thường không làm những gì chúng có thể.

Các số liệu được trích dẫn không bao gồm hàng trăm trẻ không bị tổn thương não gặp phải khó khăn khi đọc mà là những trẻ học kém ở trường do không biết đọc. Các số liệu cũng không bao gồm cả nhóm trẻ 2 hoặc 3 tuổi có bố mẹ đang làm theo hướng dẫn dạy đọc của viện nghiên cứu.

Khắp nơi trên nước Mỹ trẻ nhỏ đang học đọc mà không cần bố mẹ hướng dẫn. Cuối cùng, chúng ta cần có một vài quyết định.

Quyết định đầu tiên là chúng ta có muốn cho trẻ 2, 3 tuổi học đọc không.

Nếu không, thì ít nhất có hai điều chúng ta phải làm:

1. Không đọc sách, báo, các biển hiệu và tên các sản phẩm cho trẻ nghe.

2. Đảm bảo rằng trẻ không nhìn thấy các từ trên tivi, đầu video hoặc máy tính.

Ngược lại, nếu không muốn rơi vào những rắc rối như vậy thì có thể chọn cách dễ dàng hơn là cứ tiếp tục để trẻ đọc.

Nếu chọn cách này, chắc chắn chúng ta nên làm vài thứ về những gì chúng đọc.

Chúng tôi tin rằng cách tốt nhất là dạy trẻ đọc ở nhà và có bố mẹ giúp đỡ hơn là xem tivi. Cách này rất dễ và cả bố mẹ lẫn trẻ đều yêu thích.

Dù trẻ có đang học đọc hay không thì cũng không phải là điều chúng ta cần tranh luận. Đó là sự thật. Vấn đề duy nhất ở đây là chúng ta sẽ làm gì với việc này.

Chương 5

Trẻ em nên học đọc
từ khi còn rất nhỏ

*Bước khởi đầu của một việc là cực kỳ quan
trọng, nhất là đối với trẻ nhỏ. Đó sẽ là cơ
sở để hình thành những thói quen tốt nhất.*

- PLATO

Herbert Spencer[1] nói rằng não của chúng ta không
nên bị bỏ đói giống như dạ dày. Giáo dục cần phải được
áp dụng từ khi trẻ còn nằm nôi, trong một môi trường lý
tưởng. Một đứa trẻ mà ngay từ nhỏ đã được giáo dục với

---

1. Herbert Spencer (1820-1903) là một triết gia, nhà lý thuyết
chính trị tự do cổ điển, nhà lý thuyết xã hội học Anh. Ông đã
phát triển một khái niệm toàn diện tiến hóa như là sự phát
triển tiến bộ của thế giới tự nhiên, của các cơ thể sinh vật, trí
tuệ và của xã hội loài người.

những lời đe dọa đòn roi và hình phạt, cùng với những nhiệm vụ chán nản, nặng nề thì thường lớn lên không thích đi học. Trong khi với những đứa trẻ mà quá trình giáo dục diễn ra tự nhiên và đúng lúc thì hầu như sẽ tiếp tục sự nghiệp học hành của mình một cách tự giác.

Chúng ta đã thảo luận về việc một vài đứa trẻ được mẹ giáo dục rất tốt và sau đó phát triển rất toàn diện nhưng những trường hợp này không phải là ví dụ trong nghiên cứu chuyên ngành.

Chúng ta hãy cùng xem xét kết quả trường hợp của Millie (Martha) do Lewis M. Terman đưa ra dưới đây:

Khi Millie 12 tuổi 8 tháng, cô bé đã lớn hơn tầm hai tuổi so với các bạn cùng trang lứa và đang học cuối lớp Chín. Trong báo cáo, Terman viết:

Học kỳ trước cô bé là học sinh duy nhất học dưới lớp Chín có tên trong bảng danh dự của 40 học sinh cấp 3.

"Sau đó, vào năm học tiếp theo 1927-1928, điều đầu tiên chúng tôi hỏi giáo viên của Millie là cô bé học giỏi môn gì nhất thì câu trả lời là: Millie đọc rất hay. Khi trò chuyện với chúng tôi, Millie nói rằng: "Cháu có thể đọc năm cuốn sách mỗi ngày nếu như hôm đó cháu không phải tới trường". Cô bé cũng vô tư thừa nhận rằng cô có thể đọc rất nhanh và có thể đọc xong 13 tập *Markham* trong một tuần. Bố cô bé, nghi ngờ liệu có đúng là cô có thể đọc ngần ấy tập trong một tuần không và vẫn có thể đọc tiếp, đã hỏi cô bé những câu hỏi về những chi tiết mà cô bé đã đọc, cô bé có thể trả lời đầy đủ câu hỏi của cha mình đưa ra.

Terman kết luận rằng không có bằng chứng nào cho thấy Millie bị ảnh hưởng xấu bởi việc cô được dạy đọc khi còn bé và có rất nhiều bằng chứng bảo vệ quan điểm rằng những năng lực vượt trội của cô bé ngày hôm nay chính là nhờ một phần của quá trình giáo dục từ nhỏ của mình.

Các bài kiểm tra IQ đều đạt trung bình trên 140 điểm và trông cô bé rất sôi nổi và hoạt bát. Cô bé hầu như không gặp khó khăn gì trong việc thích ứng với xã hội ngay cả khi các bạn cùng lớp với cô lớn hơn cô hai hoặc ba tuổi.

Với điểm số IQ 140, cô bé được xếp vào danh sách những người có năng lực vượt trội.

Rất nhiều nghiên cứu cho thấy những nhân vật nổi trội và những thiên tài có thể đọc những tác phẩm dài ngay từ khi còn chưa tới trường. Mọi người vẫn thường thừa nhận rằng những người mà có khả năng biết đọc từ rất sớm là do họ là những người có tài năng nổi trội. Đó là một giả thuyết hoàn toàn khoa học và chúng ta vẫn luôn chấp nhận nó.

Tuy nhiên, theo những trường hợp ghi lại thì các bậc phụ huynh thường quyết định dạy những thiên thần bé nhỏ của họ biết đọc trước khi chúng có thể làm một bài kiểm tra về trí thông minh, và vì thế trước khi chúng ta đưa ra một lí do nào đó để khẳng định rằng đứa trẻ đó có năng lực nổi trội, chúng ta nên nghĩ ra một vài câu hỏi mới mẻ.

Liệu có đúng rằng khi những đứa trẻ được dạy đọc từ rất sớm thì sẽ có khả năng vượt trội?

Thực tế, có rất nhiều người có tài năng vượt trội, thực ra là những thiên tài, có thể biết đọc trước khi đến trường. Thực tế này đều có thể được dùng để xác nhận cho một trong hai giả thuyết trên.

Tuy nhiên, có nhiều bằng chứng hơn cho giả thuyết thứ hai so với giả thuyết thứ nhất, và đó là một giả thuyết hoàn toàn mang tính khoa học.

Giả thuyết rằng nhiều người có chỉ số thông minh cao biết đọc từ khi còn rất nhỏ bởi vì họ mang những gien thiên tài trong hệ gien cơ bản và giả thuyết cũng cho rằng những người đó có tài năng nổi trội là vì họ được trời phú cho những năng lực nổi trội bẩm sinh.

Chúng ta sẽ không bàn cãi về thực tế mỗi người có kiểu gien khác nhau. Chúng ta cũng không đi sâu vào bàn luận những chủ đề cũ như môi trường xung quanh ảnh hưởng như thế nào đến gien vì nó không trực tiếp liên quan tới chủ đề của chúng ta trong cuốn sách này.

Tất nhiên chúng ta cũng không thể làm ngơ với những bằng chứng xác nhận rằng khả năng đọc từ khi còn nhỏ sẽ có ảnh hưởng rất lớn đến những hoạt động cuộc đời sau này.

1. Rất nhiều đứa trẻ mà sau này trở thành thiên tài đều được dạy đọc trước khi chúng có một biểu hiện nào đó khác thường. Thực chất, một số bậc phụ huynh cũng đã có dự định trước khi con họ ra đời rằng họ sẽ khiến con họ trở nên nổi trội sau này bằng cách dạy con họ biết đọc từ khi còn rất nhỏ và họ đã làm như vậy.

2. Theo nhiều báo cáo ghi lại, một đứa trẻ được dạy đọc từ khi còn rất nhỏ thì sau đó tỏ ra có nhiều khả năng vượt trội, trong khi những đứa trẻ khác trong cùng một nhà, cùng một bố mẹ sinh ra mà không được dạy đọc từ rất sớm thì thường không thể hiện một tài năng nổi trội nào. Trong một số trường hợp, đứa trẻ được dạy học từ rất sớm thường là đứa con đầu lòng. Trong một số gia đình khác vì nhiều lý do khác nhau, đứa trẻ đầu tiên học đọc sớm lại không phải là con cả.

3. Trường hợp của Tommy Lunski (và một số trường hợp tương tự) thì lại không có bất kỳ một bằng chứng chắc chắn nào cho thấy rằng Tommy sẽ được trời phú cho gien đặc biệt. Bố mẹ của Tommy đều chỉ học xong cấp 3, và cũng không có vẻ gì là thông minh nổi trội. Anh chị em của cậu cũng chỉ là những đứa trẻ bình thường. Ngoài những đặc điểm này ra, thì có một điều cần lưu ý rằng khi cậu 2 tuổi, cậu đã bị chấn thương não nghiêm

trọng và lúc đó mọi người đều nghĩ rằng cậu sẽ trong tình trạng "thiểu năng vô phương cứu chữa". Mọi thứ coi như đã an bài. Nhưng rồi cậu lại có những biểu hiện của một đứa trẻ khác thường khi có thể đọc và hiểu văn bản tốt bằng những đứa trẻ gấp đôi tuổi của mình.

Liệu có hợp lý, khoa học và thỏa đáng khi chúng ta coi trường hợp cậu bé Tommy như là một đứa trẻ có "năng khiếu bẩm sinh"?

Thomas Edison cho rằng để trở thành thiên tài thì chỉ có 1% là cảm hứng, còn lại 99% là nhờ mồ hôi và công sức.

Chúng ta cũng đã thảo luận một vài khía cạnh chi tiết về sáu hoạt động thần kinh của riêng con người và cũng đã chỉ ra rằng trong đó có ba hoạt động là thuộc về quá trình lĩnh hội, và ba hoạt động còn lại là thuộc về nhận thức.

Điều này có vẻ là trí thông minh của con người được giới hạn trong lượng thông tin mà người đó thu được từ thế giới bên ngoài thông qua các giác quan tiếp nhận. Năng lực lĩnh hội cao nhất chính là năng lực đọc.

Rõ ràng là nếu tất cả ba năng lực lĩnh hội của con người bị mất đi, thì có lẽ con người sẽ trở thành một loài thực vật nào đó, chứ không còn là con người nữa.

Trí thông minh của con người còn bị giới hạn bởi ba năng lực độc nhất của con người. Đó là khả năng nghe, nhìn mà đỉnh cao của nó là khả năng đọc và hiểu ngôn ngữ nói, và một khả năng đặc biệt nữa đó là đọc ngôn ngữ bằng sự cảm nhận chứ không còn bằng mắt thường.

Nếu một trong ba năng lực đó của một người cao hơn của người khác thì người đó sẽ thể hiện những năng lực đó ở mức độ tốt nhất, miễn là anh ta có mọi cơ hội để đón nhận thông tin thông qua những phương tiện đơn giản nhất.

Khi con người đã đạt được năng lực nhận thức cao nhất, thì năng lực ấy sẽ chững lại. Tuy nhiên, điều đó cũng đúng theo chiều ngược lại. Tức là khi ba năng lực nhận thức đó của một người còn thấp, thì người đó sẽ thể hiện chúng ở mức độ thấp.

Chúng ta hãy thử tưởng tượng đến tình huống khi mà loài người bị mất khả năng đọc và nghe, thì có lẽ chúng ta cần phải dạy cho thế hệ sau những cách giao tiếp khác. Rõ ràng chúng ta có thể chọn xúc giác để giao tiếp như cô giáo đầu tiên của Helen Keller[1] đã từng làm, vì học sinh của cô ấy vừa bị mù vừa bị điếc, không thể nói, đọc, viết. Nếu khả năng của Helen Keller trong việc tiếp nhận ngôn ngữ bằng xúc giác kém, thì có lẽ cô đã chỉ tồn tại ở cấp độ động vật. Hoặc nếu như xúc giác của cô

---

1. Helen Keller (1880-1968) là nhà văn, nhà hoạt động xã hội bị mù – điếc người Mỹ.

không tồn tại, thì giống như thị giác và thính giác, có lẽ cô chỉ tồn tại ở cấp thực vật.

Khi những năng lực đó của con người tăng lên thì khả năng thể hiện những năng lực đó cũng lớn dần lên.

Tất nhiên với những đứa trẻ bị chấn thương não mà lại có khả năng đọc từ khi còn rất nhỏ thì tức là chúng có khả năng cao hơn so với những đứa trẻ cũng bị chấn thương nhưng lại không có năng lực nổi trội kia. Và với những đứa trẻ bình thường mà có những năng lực vượt trội như vậy thì cũng luôn phát triển ở mức độ cao hơn các bạn cùng trang lứa mà không có những năng lực đó.

Đúng là có một vài người não bị chấn thương cũng có thể hiểu ngôn ngữ ở mức độ hạn chế, nhưng không có thần đồng nào mà lại không thể hiểu ngôn ngữ.

Ngôn ngữ là công cụ có sẵn quan trọng nhất của con người. Con người có thể không có những suy nghĩ tinh tế bằng thứ ngôn ngữ mà họ có. Nếu anh ta cần có thêm từ, thì anh ta phải tạo ra nó và dùng nó như một công cụ để tư duy và trao đổi những tư duy mới đó.

Hầu hết các bài kiểm tra chỉ số thông minh cho con người phụ thuộc vào khả năng tiếp nhận thông tin qua kênh nói và viết. Nếu khả năng đọc bị giảm xuống hoặc không có thì rõ ràng là khả năng biểu hiện trí thông minh cũng đã bị giảm đi đáng kể.

Rõ ràng là nếu con người thiếu khả năng đọc, thiếu tài liệu đọc, kết quả là thiếu sự giáo dục thì tất sẽ dẫn đến một hậu quả lớn hơn là cơ hội lĩnh hội tri thức cũng bị giảm đi. Điều này cũng làm cho trí thông minh giảm đi.

Khả năng về ngôn ngữ cũng là một công cụ thiết yếu. Do đó, năng lực biểu hiện trí thông minh cũng liên quan tới năng lực ngôn ngữ mà nó đang xử lý.

Về mặt tự nhiên, đòi hỏi về năng lực ngôn ngữ đối với một đứa trẻ trong bài kiểm tra chỉ số thông minh ngày càng cao hơn. Vì thế nếu năng lực ngôn ngữ của đứa trẻ cao hơn so với các bạn cùng lứa tuổi thì nó sẽ được xem như là thông minh hơn.

Tommy Lunski bị xem là đần độn từ khi lên 2 tuổi, đặc biệt là khi cậu bé không biết nói (biểu hiện trí thông minh của cậu), nhưng đến khi cậu 5 tuổi thì cậu lại được xem như là một đứa bé có năng lực vượt trội vì cậu có thể đọc rất giỏi.

Có một điều rất rõ là khả năng biết đọc khi còn rất nhỏ có liên quan đến việc đo chỉ số thông minh và việc thể hiện trí thông minh cũng chính là một bài kiểm tra hữu dụng về chỉ số thông minh, tức là dựa vào sự thể hiện đó mà chúng ta có thể đánh giá chỉ số thông minh của trẻ.

Đứa trẻ càng sớm biết đọc thì nó càng thích đọc và đọc tốt hơn.

Dưới đây là một vài lí do để chúng ta nên cho trẻ học đọc từ khi còn nhỏ:

1. Tính hiếu động của trẻ 2-3 tuổi thực chất là kết quả của những mong muốn tìm hiểu, khám phá. Nếu chúng có cơ hội để thỏa mãn những mong muốn ấy, chúng sẽ đỡ hiếu động hơn, biết tránh những thứ có hại cho bản thân và sẽ tìm hiểu về thế giới xung quanh tốt hơn trong quá trình vận động, tìm hiểu về thế giới vật chất và về chính bản thân chúng.

2. Năng lực lĩnh hội của một đứa trẻ khi 2 tuổi và 3 tuổi không bao giờ ngang bằng nhau.

3. Dạy trẻ học đọc khi còn nhỏ thì sẽ đơn giản hơn rất nhiều so với sau này.

4. Những đứa trẻ mà được dạy đọc từ khi còn nhỏ sẽ ham tìm hiểu, học hỏi kiến thức hơn so với những đứa trẻ ngay từ bé đã chán nản với việc đọc.

5. Trẻ học đọc ngay từ khi còn nhỏ thường có xu hướng lĩnh hội tốt hơn các bạn khác. Ngồi nghe một đứa trẻ 3 tuổi đọc từng câu thật diễn cảm sẽ tuyệt vời hơn là nghe một đứa trẻ 7 tuổi đọc rời rạc từng từ một.

6. Những đứa trẻ học đọc từ khi còn nhỏ thường có xu hướng đọc và hiểu nhanh hơn các bạn khác. Điều này là do khi trẻ đọc, chúng thường không có cảm giác như đang học một môn bắt buộc đầy nhàm chán, sợ hãi, mà chúng thường coi đó như là

một thứ hấp dẫn trong thế giới ngọt ngào hơn với bao điều thú vị cần tìm hiểu. Và như thế chúng sẽ không bao giờ thích trì hoãn việc đọc của mình. Đó là việc chúng nên làm.

7. Điều cuối cùng và cũng rất quan trọng đó là hầu hết trẻ em đều thích đọc khi còn rất nhỏ.

Chương 6

Ai là người có vấn đề?
Những người đọc sách hay
những người không đọc sách?

Có nhiều trẻ em được xem như là có năng khiếu, và đó thường là những đứa trẻ thích đọc sách từ khi còn nhỏ. Vì thế, nếu trẻ muốn học thì hãy khuyến khích chúng, để chúng trở thành những đứa trẻ có tài năng.

- WILLIAM FOWLER, *Congnitive*
Tìm hiểu về thời thơ ấu của trẻ

Có một điều nghe có vẻ hoang đường khi cho rằng chỉ có các chuyên gia mới có thể hiểu được trẻ em. Trong số các chuyên gia tìm hiểu về trẻ em thì có rất nhiều người cho rằng:

1. Các bà mẹ không hiểu nhiều về con mình.

2. Các bà mẹ có những cái nhìn không chính xác chút nào về con mình.

3. Các bà mẹ thường hay nói dối về năng lực của con mình.

Theo kinh nghiệm của chúng tôi thì sự thật vẫn là sự thật, chúng ta không thể đi quá xa so với sự thật.

Khi chúng ta gặp những bà mẹ kể những câu chuyện lôi cuốn và không có thật về con của họ và những người không hiểu gì về chính mình thì chúng ta sẽ nghĩ rằng không phải ai cũng như vậy. Tuy nhiên, chúng ta cũng thấy những bà mẹ quan tâm đến các con, luôn để ý, quan sát con của mình và họ cũng là người rất đỗi thực tế.

Vấn đề ở chỗ là không phải ai cũng lắng nghe các bà mẹ.

Ở viện chúng tôi có hơn một nghìn phụ huynh của những đứa trẻ bị chấn thương não mỗi năm. Đối với các bà mẹ, không có điều gì đáng sợ hơn là có những đứa con bị chấn thương não. Và nếu một người mẹ thấy có biểu hiện nghi ngờ của các chấn thương não, cô sẽ đưa con đi kiểm tra ngay lập tức và làm mọi thứ có thể để giúp con mình.

Trong số hơn 1000 trường hợp ở viện có đến hơn 900 trường hợp chính các bà mẹ là người đầu tiên nhận ra rằng có trục trặc gì đó với con của mình. Trong hầu hết các trường hợp đó, các bà mẹ đều gặp khó khăn trong việc thuyết phục mọi người, trong đó có cả bác sĩ và các chuyên gia, rằng con họ đang có những dấu hiệu bất thường và cần phải làm cái gì đó để chữa cho con của họ.

Bất chấp mọi người thuyết phục cô ấy quên ý nghĩ đó đi, thì cô vẫn kiên quyết điều mình nhận định cho tới khi mọi người nhận ra điều gì đang xảy ra với con của cô ấy. Có khi cô mất tới vài năm để mọi người có thể nhận ra tình hình. Cô càng yêu con bao nhiêu thì cô càng có thể đánh giá tình trạng của con mình một cách khách quan bấy nhiêu. Nếu đúng là con của cô ấy có vấn đề, thì chắc chắn cô không thể yên lòng cho đến khi đứa trẻ được bình thường. Vì thế, làm việc ở viện đã dạy cho chúng tôi cần phải biết lắng nghe các bà mẹ.

Tuy nhiên, trong khi các chuyên gia có thể điều trị và đối xử tốt với bọn trẻ thì đồng thời họ cũng làm cho các bà mẹ ngày càng thấy lo sợ. Họ thường xuyên nhồi nhét vào đầu các bà mẹ các thuật ngữ mà hầu như không ai hiểu. Tệ nhất là họ ngày càng làm cho những phản ứng bản năng của người mẹ bị mòn đi, nhằm thuyết phục những bà mẹ ấy rằng họ đang bị chính bản năng người mẹ của mình đánh lừa.

Thật là vô lý. Theo trải nghiệm của chúng tôi, rõ ràng là các bà mẹ luôn làm tốt nhất những gì họ có thể. Chính những trung tâm nghiên cứu về trẻ em trước tuổi đi học đã làm cho các bà mẹ chìm trong những điều vô lý và lo lắng, thậm chí làm cho họ mất dần đi bản năng làm mẹ. Ngày nay, có nhiều bà mẹ tin vào những điều mà họ nghĩ rằng đó là sự thật vì họ thấy điều đó lặp đi lặp lại nhiều lần. Chúng ta sẽ cố gắng giải tỏa những lầm tưởng chung sau một cách triệt để và ở góc độ này hay góc độ khác, đó đều là những suy nghĩ vô căn cứ.

Lầm tưởng thứ nhất: Những đứa trẻ học đọc sớm thì sau này sẽ có những trục trặc trong quá trình học tập.

Thực tế: Trong số những đứa trẻ mà cá nhân tôi biết hoặc những trường hợp mà chúng ta đã đọc, không có đứa trẻ nào bị như vậy cả. Thực ra, phần lớn các trường hợp đều thể hiện theo chiều hướng ngược lại. Kết quả của việc đọc sớm cũng đã được đưa ra.

Chúng tôi thấy không thể hiểu được tại sao mọi người lại quá ngạc nhiên khi tỉ lệ trẻ em gặp khó khăn khi đọc ngày càng cao. Điều này không hề đáng ngạc nhiên. Điều đáng ngạc nhiên là có những người bắt đầu tập đọc giống như những người khác, trong khi năng lực đọc của người đó cao hơn.

Lầm tưởng thứ hai: Trẻ em đọc quá sớm sẽ kém thông minh.

Thực tế: Nào chúng ta hãy cũng nhau xem những đứa trẻ đọc sớm sẽ trở thành thần đồng hay kẻ ngu đần nhé. Thật ngạc nhiên khi có nhiều người thường suy nghĩ theo hai điều lầm tưởng này, trong khi đó thực tế là không có điều nào đúng.

Lầm tưởng thứ ba: Những đứa trẻ tập đọc quá sớm sẽ gặp nhiều khó khăn khi học lớp Một.

Thực tế: Điều này không hoàn toàn vô lý vì nó cũng đúng phần nào. Đứa trẻ đó sẽ gây ra một số rắc rối, không phải cho chính bản thân nó mà là cho giáo viên. Vì trường học là nơi dành cho học sinh hơn là cho giáo viên, nên giáo viên cần phải nỗ lực để giải quyết các vấn đề. Với những giáo viên có trình độ, họ có thể giải quyết các vấn đề của bọn trẻ biết đọc sớm trong thời gian ngắn, và sẽ có những nỗ lực cần thiết để giúp các em chưa biết đọc. Thực tế, giáo viên chủ nhiệm lớp Một mà hầu hết học sinh đều biết đọc và thích đọc thì sẽ gặp ít rắc rối hơn với những học trò của mình. Trong khi đó, các giáo viên khác sẽ phải dành nhiều thời gian cho học sinh chưa biết đọc.

Thật tồi tệ khi giáo viên lớp Một không thể giải quyết mọi vấn đề một cách dễ dàng như là đối với những học sinh đã biết đọc khi bắt đầu học lớp Một. Hàng trăm giáo viên giỏi của lớp Một đã giải quyết vấn đề này một cách đơn giản bằng cách đưa sách cho những bạn biết đọc rồi tự đọc, để cô có thể dành thời gian còn lại dạy các bạn khác bằng chữ cái. Nhiều giáo viên còn gọi học sinh đó đọc trước lớp cho các bạn nghe. Cậu bé sẽ thích thú với cơ hội được thể hiện tài năng của mình và những bạn khác sẽ đỡ sợ việc tập đọc hơn khi chúng thấy rằng chúng có thể đọc được như bạn của mình. Giáo viên giỏi sẽ có nhiều cách để giải quyết vấn đề trên.

Chúng ta nghĩ thế nào về những giáo viên không có óc sáng tạo? Đó có phải là vấn đề không? Đó là vấn đề với mọi học sinh học ở lớp mà giáo viên có trình độ kém. Một lớp mà có giáo viên như thế thì lợi thế sẽ thuộc về những học sinh đã biết đọc từ trước khi tới trường vì chúng cần ít sự trợ giúp của giáo viên ở lớp hơn so với các bạn khác, và chúng thường là những học sinh xuất sắc khi vào lớp Hai.

Lầm tưởng thứ tư: Những đứa trẻ mà học đọc quá sớm sẽ thấy chán khi vào học lớp Một.

Thực tế: Đó là nỗi lo của hầu hết các bà mẹ và cũng là vấn đề dễ dàng nhận thấy nhất. Để hiểu vấn đề đúng hơn, thì câu hỏi chính xác chúng ta cần đặt ra là "Những đứa trẻ mà đã đọc quá tốt liệu có thấy chán khi học lớp Một không"?

Câu trả lời là có. Những đứa trẻ ấy có thể cũng thấy chán nản khi đi học lớp giống như những đứa trẻ khác. Cho dù trường học bây giờ tốt hơn ngày xưa nhiều nhưng nếu hỏi bất kỳ một học sinh lớp Một nào thì chúng đều bảo rằng ngày đi học dài hơn nhiều so với ngày nghỉ thứ Bảy và Chủ nhật. Vậy câu trả lời đó liệu có phải là chúng không muốn học. Cũng không hẳn là như vậy nhưng khi đứa trẻ 5 tuổi có thể nói được những đoạn hội thoại thành thạo thì chúng ta cũng có thể khuyến khích chúng đọc những loại khác như "Hãy xem chiếc xe ô tô này, đó là chiếc xe màu đỏ rất đẹp". Một đứa trẻ bảy tuổi mà đọc những thứ như vậy sẽ không chỉ nhìn thấy đó là chiếc xe màu đỏ đẹp mà còn có thể nói cho bạn biết tên nhà sản xuất, năm sản xuất, kiểu dáng và thậm chí cả mã lực. Nếu bạn muốn biết thêm thông tin về chiếc xe đỏ ấy, bạn thể hỏi cậu bé vì chú có thể biết nhiều hơn bạn đấy. Bọn trẻ tất nhiên sẽ thấy chán khi học ở trường cho đến khi chúng được đọc những thứ mà chúng thực sự thích.

Vì thế nếu cho rằng trẻ em mà biết nhiều thì học sẽ thấy nhàm chán cũng có nghĩa là những đứa trẻ mà biết ít lại là những đứa luôn thấy thú vị, hào hứng. Nếu lớp học nhàm chán, thì tất cả đều nhàm chán. Nếu lớp học thú vị thì chỉ có những học sinh không hiểu gì mới thấy chán.

Lầm tưởng thứ năm: Trẻ em tập đọc sớm thường đọc không đúng ngữ âm.

Thực tế: Đứa trẻ đó có thể đọc không đúng ngữ âm, nhưng tình trạng đó không kéo dài. Việc tập đọc trước có thể ảnh hưởng tới việc đọc từ nhưng đó vẫn là một việc nên làm.

Các tài liệu mà chúng tôi dùng ở viện để giúp bọn trẻ học đọc là các phương pháp, các bước để dạy trẻ tập đọc. Những phương pháp ấy dựa trên việc hiểu quá trình phát triển của não ở trẻ và dựa trên những kinh nghiệm tiếp xúc với những đứa trẻ khỏe mạnh cũng như với những đứa trẻ bị chấn thương não. Vì họ đều là những người có năng lực và kinh nghiệm làm việc với rất nhiều trẻ nhỏ.

Sự thật đúng là như vậy. Con của bạn có thể bị đọc sai ngữ âm khi bạn dạy con bạn tập đọc từ lúc còn rất nhỏ và nếu tránh được điều đó thì mọi thứ sẽ tuyệt vời.

Lầm tưởng thứ sáu: Một đứa trẻ tập đọc sớm sẽ có vấn đề trong việc đọc sau này.

Thực tế: Cũng có thể là như vậy nhưng khả năng này rất ít, và ít hơn so với khi cậu tập đọc sau này. Những đứa trẻ mà biết đọc rồi thì cũng không gặp mấy khó khăn, còn những đứa trẻ không biết đọc mới là có vấn đề.

Lầm tưởng thứ bảy: Trẻ em học đọc sớm sẽ thiếu thốn tuổi thơ.

Thực tế: Trong số những điều cấm kỵ đối với trẻ em xung quanh việc đọc, thì có lẽ đây là điều vô lý nhất. Chúng ta hãy cùng nhìn vào thực tế, chứ không dựa trên những câu chuyện viển vông để xác nhận nhé.

Liệu một đứa trẻ hai, ba tuổi dành cả ngày để tận hưởng quãng thời gian tuyệt vời nhất, làm những việc mà nó thích làm? Việc chúng thích làm nhất chính là tranh thủ từng phút để học, chơi cùng với gia đình. Không có gì có thể sánh với sự quan tâm của các thành viên trong gia đình. Đó là điều mà bọn trẻ nên làm.

Nhưng trong xã hội của chúng ta, với nền văn hóa và nhịp sống như vậy thì tuổi thơ của bọn trẻ sẽ như thế nào? Những việc vặt vẫn thường được đặt ra: ai sẽ lau nhà, ai sẽ giặt là quần áo, ai sẽ nấu bữa tối, ai sẽ rửa bát, ai sẽ đi mua đồ? Trong mọi gia đình thì mẹ vẫn là người làm những công việc này. Một bà mẹ thông thái và kiên nhẫn có thể có những cách làm việc đó cùng với đứa con hai tuổi của mình, ví dụ như cùng chúng rửa bát giống như giới thiệu một trò chơi mới. Nếu cô ấy làm được như vậy thì việc đó sẽ trở nên nhẹ nhàng hơn.

Tuy nhiên, phần lớn các bà mẹ mà chúng ta biết thì hầu như vẫn chưa thể rủ con cùng làm việc nhà với mình. Kết quả là một đứa trẻ hai tuổi mà may mắn được mẹ chăm sóc thì cả ngày hầu như chỉ biết gào khóc đòi ra khỏi cũi. Bà mẹ phải để trẻ trong cũi để nó khỏi bị điện giật, bị kẹp tay, cắt vào tay hay bị ngã trong khi cô đang bận làm việc.

Đây có phải là tuổi thơ quý giá bị lãng phí mà chúng ta đang nói đến nếu như đứa trẻ dành nó cho việc tập đọc? Đó chính là tuổi thơ của hầu hết mọi đứa trẻ, dù ít dù nhiều. Nếu nhà bạn không như vậy, bạn là người có thể để mắt quan tâm tới con cả ngày, bạn nghĩ rằng bạn không phải lo lắng thì đó chính là cơ hội tốt dạy con tập đọc, chứ đừng dành cả ngày chỉ để dạy con chơi trò bánh bao nhỏ.

Chúng ta đều thấy các bà mẹ dù bận thế nào cũng cố gắng dành thời gian bên cạnh con trong những năm tháng đầu đời. Nhưng vấn đề là nên dành khoảng thời gian ấy như thế nào sao cho hiệu quả, hữu ích và vui vẻ. Tất nhiên không ai muốn lãng phí những phút giây mà giúp chúng ta khiến con mình vui hơn, sáng tạo hơn, giỏi giang hơn. Chúng ta là những người dành thời gian của mình cho một tổ chức nghiên cứu về quá trình phát triển ở trẻ mà chúng ta đã bị thuyết phục rằng không có cách nào hiệu quả và vui vẻ hơn cách các bà mẹ dành thời gian cùng con mình đọc.

Niềm vui mà bố mẹ và con cái nhận thấy khi trẻ tập đọc từ, câu và cả một quyển sách rất khó tả. Đây chính là điều quý giá cần làm trong suốt thời thơ ấu của trẻ.

Chúng ta có thể đưa ra kết luận bằng cách trở lại ví dụ về Millie và bố mẹ của cô. Trong bài viết về Millie, bố của cô đã nhận xét một cách chính xác và ngắn gọn rằng: "Nếu việc tập đọc không có vị trí trong tâm trí con của bạn thì sẽ có những việc khác vô bổ chiếm tâm trí chúng."

Còn mẹ của Millie với bổn phận của một phụ nữ thì kết luận rằng: "Cả nhà chúng tôi đều mang lại niềm vui cho nhau nhiều đến mức chúng tôi hầu như không để ý tới những người xung quanh. Liệu như vậy có ích kỷ không?"

Lầm tưởng thứ tám: Trẻ em tập đọc sớm thì sẽ "chịu nhiều áp lực".

Thực tế: Nếu điều lầm tưởng này ám chỉ rằng việc dạy trẻ tập đọc có thể mang đến những áp lực cho trẻ, thì điều này là đúng. Khi ta dạy trẻ bất kỳ việc gì cũng là chúng ta đã mang áp lực đến với chúng.

Việc ép buộc một đứa trẻ là một việc không nên và các phụ huynh nên biết điều đó. Vấn đề quan trọng là chúng ta nên khuyến khích trẻ như thế nào để trẻ tận dụng được quá trình tập đọc ấy. Nếu bạn đọc quyết định làm theo những lời khuyên trong cuốn sách này thì câu trả lời sẽ là không có gì liên quan giữa áp lực với cách trẻ học đọc như thế nào. Mà thực chất là chúng ta không chỉ khuyên các phụ huynh không nên gây áp lực cho con mà chúng ta còn khẳng định rằng không nên cho trẻ đọc nếu như cả bố mẹ và các con chưa sẵn sàng hoặc không hào hứng với việc đọc.

Ngoài ra, còn có rất nhiều câu chuyện kinh khủng khác xung quanh việc dạy trẻ tập đọc trước khi đến trường, nhưng dựa trên trải nghiệm của mình, chúng tôi nhận thấy chưa có một kết quả đáng buồn nào. Những dự đoán hậu quả kinh khủng kia chủ yếu dựa trên sự thiếu hiểu biết về quá trình phát triển não bộ của trẻ, mà việc đọc là một phần trong quá trình phát triển ấy. Do đó, chúng ta có thể làm theo một trong những điểm quan trọng mà cuốn sách này đã cố gắng đưa ra. Nói một cách đơn giản dựa trên quan điểm về hệ thần kinh thì đọc không phải là một môn học ở trường mà đó là một chức năng hoạt động của não. Đọc ngôn ngữ là một chức năng hoạt động của não giống như chức năng nghe ngôn ngữ.

Khi xem xét các môn học ở trường của trẻ, chúng ta sẽ phản ứng như thế nào nếu chúng ta thấy chúng học địa lý, chính tả, nghe, giáo dục công dân? Chắc chắn chúng ta sẽ thắc mắc sao nghe lại là một môn học ở trường vì chúng ta biết chắc rằng đó là một hoạt động của não chứ không phải là một môn học. Đọc cũng như vậy. Chính tả thì đúng là một môn cần dạy ở trường. Một đứa trẻ có thể đọc rất hay mà không nhất thiết phải viết chính tả giỏi. Đó là hai hoạt động hoàn toàn khác nhau và rất đa dạng. Đọc là hoạt động của não, còn chính tả là môn học với những quy tắc con người đưa ra để cho đọc và viết đúng. Khi giáo viên dạy chính tả, tức là đang tiếp tục truyền đạt những kiến thức mà con người tích lũy được. Còn khi một đứa trẻ đọc, não của nó không đi sâu vào tìm hiểu xem một từ được cấu trúc như thế nào, mà nó quan tâm đến việc giải thích ý nghĩa của từ đó.

Hãy để cho người đọc tự ngẫm hai câu hỏi sau:

1. Liệu trẻ có thể đọc bất kỳ từ nào đó mà nó không biết cách viết?

Tất nhiên là có rồi, rất nhiều.

2. Liệu trẻ có thể viết một từ mà nó không biết đọc? Tất nhiên là không.

Đọc là chức năng hoạt động của não và chính tả là một loạt những quy tắc. Chúng ta có thể đọc và hiểu một từ mà chúng ta không biết viết nó, thậm chí não của chúng ta vẫn có thể đọc và hiểu một từ mà chúng ta không biết phát âm từ đó.

Có bao nhiêu từ chính xác chúng ta được học ở trường? Số ấy chiếm tỉ lệ rất ít. Chúng ta đến trường chủ yếu là học từ mới trong văn nói. Chúng ta được học đọc, với vài nghìn từ và tập viết nhiều lắm cũng vài nghìn từ. Còn khoảng 10 nghìn từ còn lại thì chúng ta phải tự học, tự biết bằng cách nghe và tìm hiểu trong từ điển.

Như vậy có phải là chúng ta đang muốn phản đối lại việc học môn chính tả của trẻ? Tất nhiên là không rồi. Chính tả là một môn học ở trường và là một trong những môn quan trọng nhất cho trẻ.

Chúng ta hãy nhìn lại một lần nữa để xem ai là người thực sự có vấn đề khi đi học. Cứ nhìn vào danh sách mười học sinh giỏi nhất lớp, bạn sẽ thấy đâu là nhân tố chung cho năng lực vượt trội đó. Đó là những học sinh đọc rất tốt.

Chương 7

Nên dạy trẻ đọc như thế nào?

Các bà mẹ chính là người thợ gốm và các con chính là đất sét để mẹ nặn thành các sản phẩm tuyệt vời.

- WINIFRED SACKVILL STONER

Hầu hết các phương pháp đều nói rằng nếu không làm theo đúng các bước thì chúng cũng không có tác dụng. Nhưng ngược lại, chúng ta cũng có thể nói rằng, nếu chúng ta không hướng được con mình đến việc đọc, thì chúng vẫn học nếu bạn chưa dạy chúng; và điều này giống như một trò chơi mà bạn vẫn thắng cho dù bạn chơi không cố gắng.

Tuy nhiên, khi dạy trẻ học đọc, bạn càng "chơi" cẩn thận thì con bạn học sẽ càng nhanh và càng tốt. Nếu bạn chơi trò tập đọc ấy một cách chuẩn xác thì cả bạn và con bạn đều thấy vô cùng thích thú. Bạn chỉ cần dành ra nửa tiếng mỗi ngày thôi. Chúng ta hãy điểm lại những điểm chính cần nhớ về bọn trẻ trước khi thảo luận nên dạy chúng đọc như thế nào.

1. Trẻ dưới 5 tuổi dễ dàng có những mong muốn tìm hiểu lượng thông tin lớn. Nếu trẻ dưới 4 tuổi thì việc tiếp nhận thông tin dễ hơn và hiệu quả hơn, dưới 3 tuổi thì càng dễ và hiệu quả hơn, và dưới 2 tuổi là đơn giản và hiệu quả nhất.

2. Trẻ dưới 5 tuổi có thể tiếp nhận thông tin nhanh một cách bất ngờ.

3. Trẻ dưới 5 tuổi tiếp nhận thông tin càng nhiều thì càng nhớ.

4. Trẻ dưới 5 tuổi có một lượng năng lực dồi dào.

5. Trẻ dưới 5 tuổi có ham muốn tìm hiểu vô cùng lớn.

6. Trẻ dưới 5 tuổi có thể học đọc và muốn học.

7. Trẻ dưới 5 tuổi học một ngôn ngữ trọn vẹn và có thể học được nhiều ngôn ngữ. Chúng có thể học đọc một hoặc vài ngôn ngữ tốt như chúng hiểu ngôn ngữ nói.

NỀN TẢNG ĐỂ DẠY ĐỌC

Độ tuổi bắt đầu

Câu hỏi khi nào bắt đầu dạy trẻ tập đọc được nhiều người quan tâm. Khi nào thì trẻ sẵn sàng học?

Có lần, một bà mẹ hỏi một nhà nghiên cứu về quá trình phát triển của trẻ rằng khi nào thì cô nên cho con mình học.

"Khi nào ư?" Ông hỏi lại. "Khi nào con của bà ra đời?"

"Ồ, cháu đã 5 tuổi rồi." Bà mẹ trả lời.

"Vậy thì bà hãy về nhà nhanh đi nếu không bà sẽ lãng phí 5 năm đầu đời tuyệt nhất của con mình đấy", vị chuyên gia trả lời.

Vì hai năm sau đó, trẻ em sẽ càng khó học đọc hơn. Nếu trẻ 5 tuổi thì việc đó sẽ đơn giản hơn là khi nó 6 tuổi, 4 tuổi thì dễ hơn và 3 tuổi thì càng đơn giản. Số tuổi càng ít đi thì càng tốt để cho trẻ bắt đầu học, mà lại khiến bạn không mất quá nhiều thời gian trong việc dạy chúng đọc. Bạn có thể bắt đầu quá trình dạy con ngay từ khi con bạn mới sinh ra. Bạn nói chuyện với con bạn từ khi con còn chưa sinh ra – đó chính là con đường truyền đạt qua thính giác. Chúng ta cũng có thể dạy con bằng thị giác hay còn gọi là con đường trực quan.

Có hai điểm chính liên quan tới việc dạy trẻ:

1. Thái độ và phương pháp của bạn

2. Tài liệu bạn dạy con (thứ tự và lượng tài liệu)

Thái độ và phương pháp của cha mẹ

Học chính là chuyến phiêu lưu thú vị của cuộc đời. Nó như một ham muốn, một điều tất yếu và trên tất cả nó như một trò chơi thú vị và tuyệt vời nhất trong cuộc đời. Trẻ em tin vào điều này và luôn luôn tin là như thế trừ khi chúng ta cố thuyết phục chúng là không đúng như thế.

Nguyên tắc cơ bản là cả bố mẹ và con cái cùng tiếp cận việc này một cách vui vẻ như bắt đầu một trò chơi. Các ông bố, bà mẹ cần nhớ rằng học tập là một trò chơi thú vị nhất trong cuộc sống chứ không phải là một nhiệm vụ cần phải hoàn thành. Đó chính là một phần thưởng của cuộc sống chứ không phải là một hình phạt, nó như một trò tiêu khiển chứ không phải là việc nhà, nó là một đặc ân chứ không phải là sự tước bỏ. Bố mẹ cần phải nhớ điều này và đừng làm gì phá hỏng thái độ học tập vốn có của trẻ.

Có một nguyên tắc an toàn mà bạn không được quên đó là nếu bạn và con cùng học mà không cảm nhận được niềm vui thì bạn nên dừng lại vì bạn đang làm sai một bước nào đó.

Thời điểm tốt nhất để dạy

Nếu như người mẹ và con của mình học đọc mà cảm thấy không vui thì tốt nhất là bà mẹ nên dừng trò chơi lại. Nếu đứa trẻ cảm thấy khó chịu, mệt mỏi hoặc đói thì đó không phải là lúc phù hợp cho bài đọc. Vào những hôm tồi tệ, tốt nhất là không nên chơi trò "tập đọc" này. Một bà mẹ thông thái sẽ để trò chơi ấy sang một hôm khác khi bà cảm thấy con mình vui vẻ và sẵn sàng cho buổi đọc, và như thế hứng khởi sẽ được tăng lên nhiều nếu chúng ta biết chọn đúng thời điểm.

Đừng bao giờ dạy con mình bất cứ điều gì khi chúng đang đói hoặc mệt mỏi, khó chịu. Trước tiên, hãy tìm hiểu xem điều gì làm chúng khó chịu và giải quyết, sau đó hãy lôi cuốn chúng trở lại bài học để có những buổi học vui vẻ cùng nhau.

Lượng thời gian phù hợp nhất

Hãy nhớ rằng lượng thời gian bạn chơi trò học đọc cùng con là không quá dài. Đầu tiên, bạn nên chơi cùng con ba lần một tuần, nhưng mỗi buổi không quá dài nhé.

Luôn dừng trước khi trẻ muốn dừng

Bố mẹ cần phải biết con mình đang nghĩ gì, muốn gì và nên dừng lại trước khi chúng muốn. Nếu bố mẹ luôn làm như vậy thì bọn trẻ sẽ chơi thêm và khi đó chúng ta nên đáp ứng nhu cầu ấy chứ đừng phá bỏ ham muốn học hỏi của chúng.

Cách thức dạy đọc

Cho dù chỉ là dạy con năm từ đơn lẻ hay một câu hay đọc một quyển sách thì sự nhiệt tình của bạn chính là điều then chốt. Khi trẻ thích học thì chúng học rất nhanh, vì thế bạn cũng đưa ra cái cần học thật nhanh. Thông thường đối với con trẻ, chúng ta làm mọi thứ chậm và từ từ, muốn chúng phải vất vả với việc đó. Chúng ta sẽ muốn con ngồi xuống và nhìn vào tài liệu đọc như thể là chúng đang tập trung lắm, thậm chí ta còn muốn trông chúng có vẻ khổ sở để thể hiện rằng chúng đang thực sự tập trung vào việc học. Nhưng bọn trẻ thì lại hoàn toàn không nghĩ rằng học là một việc nặng nề nghiêm trọng như người lớn nghĩ.

Khi bạn đưa ra những tấm thẻ, hãy đưa ra thật nhanh và bạn sẽ làm việc đó ngày càng thành thạo. Bạn có thể thực hành trước với bố chúng cho đến khi bạn cảm thấy thành thạo. Công cụ dạy học cũng cần được chuẩn bị kỹ, đủ to và rõ để bạn có thể đưa ra nhanh mà trẻ vẫn có thể nhìn được.

Đôi khi nếu bà mẹ làm việc đó nhanh quá thì bà sẽ trở nên giống như một cái máy và mất đi sự hào hứng tự nhiên giọng điệu trong của bà. Vì thế bạn có thể giữ sự hứng khởi của mình cũng như cho con với chất giọng truyền cảm mà đồng thời vẫn làm các bước thật nhanh. Đó là việc cực kỳ quan trọng. Sự hào hứng và thích thú của con bạn khi tập đọc chủ yếu liên quan đến ba điều sau:

1. Tốc độ bạn đưa ra mẫu tài liệu để đọc

2. Lượng tài liệu mới

3. Cách thức thu hút của người mẹ

Tốc độ nhanh chậm có thể tạo nên sự khác biệt giữa một buổi học thành công và một buổi học nhàm chán cho đứa con thông minh sáng dạ của bạn.

Trẻ không cần nhìn chằm chằm vào tài liệu vì nếu chúng thích chúng sẽ phản xạ ngay lập tức.

Giới thiệu tài liệu mới

Khi nói về tốc độ dạy trẻ tập đọc thì chúng ta cũng cần nói đến nội dung trẻ học cái gì.

John Ciardi viết trong tài liệu của mình ngày 11 tháng Năm năm 1963 được phát hành trên *Saturday Review* rằng "một đứa trẻ cần được học những kiến thức mới với mức độ tùy theo nhu cầu học hỏi của nó."

Tôi cho rằng với nhận định này, chúng ta có thể rút ra kết luận ở đây. Đừng ngại theo những gì trẻ muốn dẫn chúng ta đến. Bạn có thể ngạc nhiên khi thấy niềm vui chúng thể hiện khi học được một điều mới và khi chứng kiến tốc độ tiếp thu của chúng.

Thật đáng buồn là đôi khi cũng có những phương pháp làm khép lại cánh cửa tìm hiểu tri thức của trẻ. Cánh cửa khác sẽ mở ra và cố gắng không để nguồn tri thức bị khép lại. Thực tế con của bạn có thể học nhiều hơn 50% những gì bạn dạy chúng, thậm chí là 80% đến 100%. Nhưng nếu chúng học 50% lượng kiến thức vô cùng mà bạn dạy chúng, thì chúng sẽ vẫn vui vẻ và phát triển khỏe mạnh.

Vậy đây có phải là điểm quan trọng không?

Tính phù hợp trong mỗi bài học

Một chương trình vừa phải, được thiết kế phù hợp và vui nhộn chắc chắn mang lại thành công hơn là những chương trình quả tái và chứa đầy kỳ vọng của các bậc phụ huynh. Chương trình không phù hợp và ổn định sẽ không hiệu quả, vì vậy chúng ta cần phải xem lại chương trình dạy nhiều lần để nắm bắt chắc chắn những thứ cần dạy con. Con bạn sẽ cảm thấy thích thú với những kiến thức thực tế và tốt nhất là nên dạy chúng hàng ngày.

Tuy nhiên, đôi khi chúng ta cũng cần gạt chương trình học lùi đi một vài ngày. Điều này không có gì đáng ngại, miễn là bạn không nên làm như thế thường xuyên. Bạn có thể dừng chương trình vài tuần hoặc vài tháng một lần. Ví dụ việc bạn mới sinh, chuyển nhà, đi du lịch hoặc bạn bị ốm đều làm ảnh hưởng đến lịch trình hàng ngày. Trong suốt những khoảng thời gian như vậy, tốt nhất là bạn nên gạt hẳn chương trình dạy con đọc sang một bên. Lúc này bạn có thể chỉ cần đọc cho con nghe thôi, và bạn chỉ cần đến thư viện một tuần một lần và đọc chúng hàng ngày. Đừng thực hiện chương trình dạy con đọc một cách nửa vời vào lúc này, vì nó sẽ khiến cho bạn và con bạn thấy mệt mỏi và nản chí.

Khi bạn thực sự sẵn sàng trở lại chương trình thì hãy tiếp tục từ đúng phần mà bạn đã dừng trước đây, chứ đừng quay lại từ đầu. Dù cho chương trình bạn đề ra là vừa phải hay mở rộng thì bạn vẫn phải đảm bảo tính phù hợp và ổn định. Như vậy bạn sẽ thấy niềm thích thú và tự tin của con bạn đang nhiều lên từng ngày.

Chuẩn bị tài liệu

Tài liệu dùng để dạy con đọc nên đơn giản. Những tài liệu đó được xây dựng dựa trên kinh nghiệm nhiều năm của những nhà nghiên cứu về phát triển não bộ ở trẻ, đồng thời nghiên cứu chức năng và quá trình phát triển của não người. Chúng được thiết kế dựa trên một sự thật đã được hoàn toàn công nhận: *đọc là một chức năng hoạt động của não*. Các tài liệu đó sẽ giúp nhận ra năng lực và hạn chế của trẻ thông qua các dụng cụ trực quan và được thiết kế phù hợp với nhu cầu của trẻ từ những hình ảnh trực quan thô sơ tới hình ảnh tinh tế, từ chức năng não đến hoạt động lĩnh hội của não.

Mọi tư liệu dạy học đều được làm từ những tấm bìa cứng trắng để ta có thể đặt chúng đứng thẳng. Bạn cần có nhiều giấy bìa bản to trắng được cắt thành những bản rộng kích thước khoảng 15,24cm x 55,88cm. Nếu có thể hãy mua miếng đã cắt sẵn theo kích thước bạn cần. Bạn không cần quá tập trung vào việc chia kích thước sao cho chính xác nhưng cũng cần cân nhắc kích thước của tấm bìa sao cho phù hợp.

Bạn cũng sẽ cần đến chiếc bút dạ đánh dấu màu đỏ, ngòi to, càng to càng tốt để có những cái gạch đủ lớn.

Bây giờ bạn có thể viết từng chữ lên tấm bìa cứng trắng với cỡ chữ khoảng 7,4cm. Trừ khi viết tên riêng và bắt đầu một từ thì cần viết hoa, còn lại bạn có thể dùng mẫu chữ nhỏ vì đó cũng là mẫu chữ mà trẻ sẽ thường thấy trong sách.

Bạn cần viết nét chữ đậm, nét bút cần phải to khoảng 1,25cm hoặc to hơn. Điều này rất quan trọng vì nó giúp trẻ nhìn từ dễ dàng hơn. Chữ của bạn cũng cần phải sạch đẹp, ngay ngắn. Bạn nên dùng kiểu chữ in, đừng dùng chữ thường viết tay. Khi viết từ lên bìa thì bạn nên để lề xung quang là hơn 1cm, để còn có chỗ cho tay bạn cầm.

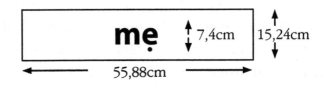

Đôi khi các bà mẹ có óc tưởng tượng sáng tạo sẽ dùng giấy nến để làm những tấm bìa tập đọc cực kỳ đẹp, tuy nhiên chúng ta không có nhiều thời gian để làm như vậy. Bạn cần làm những tấm thẻ đọc vừa nhanh, lại vừa hiệu quả vì bạn cần làm rất nhiều thẻ như vậy. Nét chữ đẹp và ngay ngắn quan trọng hơn nhiều so với việc trang trí.

Các ông bố, bà mẹ thường cùng nhau làm tấm thẻ đọc, vì thế nét chữ in cần phải đồng nhất. Con của các bạn cần những hình ảnh trực quan đáng tin cậy, đồng nhất và phù hợp.

Phía sau tấm thẻ bạn có thể dùng bút chì hoặc bút mực viết từ lên trên góc trái, hoặc ở vị trí, kích cỡ nào đó miễn là bạn có thể nhìn và đọc được trong quá trình dạy con. Nếu không bạn sẽ phải nhìn vào mặt trước tấm thẻ trước khi đưa nó ra cho con nhìn. Như vậy thì sẽ làm bạn cuống và mất tập trung, làm giảm tốc độ của buổi học.

Hãy bắt đầu bằng những từ với cỡ chữ in to, màu đỏ và rồi dần chuyển sang chữ in thường với màu đen và cỡ chữ trung bình bởi vì với phương pháp trực quan ban đầu trẻ chưa quen thì không phân biệt được với mẫu chữ nhỏ. Chúng ta nên dùng chữ to lúc ban đầu rồi giảm cỡ chữ nhỏ dần đi. Cỡ chữ to giúp trẻ dễ nhìn, và dùng màu đỏ vì màu này rất cuốn hút trẻ nhỏ. Bạn có thể mua một bộ lắp ráp có sẵn, và để biết thêm thông tin, bạn có thể tham khảo ở cuối sách phần dạy trẻ tập đọc với mẫu chữ lắp ráp như thế nào.

Khi bạn bắt đầu dạy con đọc, bạn sẽ thấy rằng con của mình nắm bắt hình ảnh, tư liệu rất nhanh. Mặc dù chúng tôi cũng đã nhấn mạnh điều này với các bậc phụ huynh nhưng họ vẫn thấy ngạc nhiên khi thấy con mình học nhanh như vậy.

Từ lâu, chúng tôi đã nhận thấy rằng tốt nhất là nên bắt đầu một cách ổn định và đều đặn. Bạn nên chuẩn bị ít nhất 200 từ trước khi bắt đầu dạy con. Sau đó, bạn cần có nguồn tài liệu tương đối đầy đủ để có những tư liệu mới và sẵn sàng dùng chúng để dạy con mình. Nếu bạn không làm được như vậy, thì bạn sẽ cảm thấy chính bạn bị tụt lại phía sau ngay lập tức. Bạn ỷ lại và lúc nào cũng chỉ biết đưa ra những từ lặp đi lặp lại. Và nếu như các bà mẹ cứ làm mãi như vậy thì chương trình dạy con đọc bị thất bại nặng nề. Bọn trẻ không thể chịu đựng được việc cứ phải gặp đi gặp lại những thứ giống nhau mà chúng đã biết từ rất lâu rồi. Vì vậy, hãy nhớ đừng làm bọn nhỏ của chúng ta buồn theo kiểu như vậy.

Chúng ta cần phải nhanh nhẹn trong việc chuẩn bị tài liệu và lúc nào cũng phải chuẩn bị. Nếu vì một vài lí do nào đó mà bạn không thể chuẩn bị tài liệu mang thông tin mới thì đừng lấp thời gian trống bằng những tài liệu cũ mà khi đó bạn có thể dừng chương trình lại trong một ngày hoặc một tuần cho tới khi bạn có những tư liệu mới và lại tiếp tục từ phần bạn dừng trước đó.

Việc chuẩn bị tài liệu học tập cũng mang lại niềm vui và cũng cần thiết. Nếu bạn chuẩn bị tài liệu dạy con cho tháng tới từ bây giờ thì bạn sẽ thấy như vậy, nhưng nếu bạn đang gấp rút chuẩn bị cho ngày mai thì cũng không thể có nhiều thú vị được.

Hãy cứ làm đều đặn, đều đặn, có thể dừng lại và sắp xếp lại nếu bạn cảm thấy cần thiết nhưng không đưa ra những tài liệu cũ rích nhé.

TÓM LẠI: SAU ĐÂY LÀ NHỮNG NGUYÊN TẮC CƠ BẢN KHI DẠY CON ĐỌC:

1. Bắt đầu sớm nhất có thể

2. Luôn luôn hào hứng

3. Tôn trọng con mình

4. Chỉ dạy khi bạn và con bạn đều thấy vui vẻ, thoải mái

5. Dừng lại trước khi con bạn muốn dừng

6. Trình bày tài liệu học tập nhanh chóng

7. Thường xuyên giới thiệu tài liệu mới

8. Lên chương trình phù hợp và ổn định

9. Chuẩn bị tài liệu cẩn thận và đều đặn

10. Ghi nhớ nguyên tắc an toàn

CÁC BƯỚC TIẾN HÀNH

Đó là cách thức mà bạn có thể áp dụng khi dạy con sao cho đơn giản và dễ hiểu. Cho dù bạn bắt đầu với một trẻ sơ sinh hay với trẻ 4 tuổi thì cách thức cơ bản là giống nhau với những bước sau đây:

Bước 1: Đọc các từ riêng lẻ

Bước 2: Đọc các từ ghép

Bước 3: Đọc các cụm từ

Bước 4: Đọc các câu

Bước 5: Đọc các quyển sách

BƯỚC 1: ĐỌC CÁC TỪ RIÊNG LẺ

Bước đầu tiên là dạy con đọc các từ riêng lẻ với khoảng 15 từ. Sau khi con bạn đã học hết 15 từ ấy thì tức là nó đã sẵn sàng tự học các từ mới. Hãy cùng con bắt đầu buổi học vào lúc mà chúng dễ tiếp thu nhất với tâm trạng hào hứng, thoải mái. Để có một địa điểm tốt cùng con học đọc, bạn hãy dùng một góc trong ngôi nhà của bạn, có ít yếu tố phân tán đến thính giác và thị giác của trẻ và tránh các tiếng ồn, không có quá nhiều nội thất, tranh ảnh hoặc những vật làm con sao nhãng.

Chúng ta cùng bắt đầu trò chơi nhé. Hãy đưa ra từ *"mẹ"* giữ cao hơn tầm với của trẻ và nói với con: *"từ này đọc là mẹ"*.

Bạn không nên mô tả thêm cho trẻ, vì cũng không cần quá tỉ mỉ, và chỉ để cho trẻ nhìn từ đó dưới một giây.

Tiếp đến, đưa từ *bố* ra và nói với con: "*Từ này đọc là bố*".

Sau đó đưa ra ba từ nữa theo cách giống hệt như vậy. Khi đưa tấm thẻ ra bạn nên đưa từ mặt sau ra mặt trước, chứ không nên đưa luôn ra ngay từ mặt trước để bạn có thể liếc qua trước từ mà bạn đã viết ở trên góc trái mặt sau. Điều này sẽ giúp ích cho bạn khi bạn đọc từ này lên cho trẻ, bạn sẽ có thời gian để theo dõi biểu hiện trên nét mặt của chúng, và thể hiện sự quan tâm, hào hứng trực tiếp đến chúng hơn là nhìn vào từ ở mặt trước của thẻ trong khi con bạn cũng đang nhìn vào nó. Bạn không nên bảo con nhắc lại từ đó khi bạn tiếp tục. Sau từ thứ năm, hãy ôm hôn con một cái thật chặt để thể hiện cảm xúc vui sướng của bạn khi con làm được việc đó và hãy nói cho con biết chúng rất thông minh và tuyệt vời.

Làm lại như thế ba lần trong ngày học đầu tiên, sau mỗi buổi nên cho trẻ nghỉ khoảng 15 phút và nhớ là mỗi lần thứ tự thẻ phải khác nhau nhé.

Ngày thứ nhất trôi qua và bạn đã hoàn thành xong bước thứ nhất trong việc dạy con tập đọc (bạn mất cùng lắm là ba phút cho một lần học).

Ngày thứ hai bạn nên nhắc lại bài hôm trước khoảng ba lần, sau đó sẽ bắt đầu với năm từ mới tiếp theo.

Những từ mới này cần được trẻ gặp ba lần trong ngày, tổng cộng sẽ là sáu lượt.

Ở cuối mỗi lượt, bạn nên nói với trẻ rằng chúng rất thông minh và ngoan ngoãn, bạn rất tự hào về chúng và yêu chúng rất nhiều. Hãy ôm con thật chặt để thể hiện rằng bạn yêu chúng biết nhường nào.

Bạn không cần thưởng cho con bánh, kẹo hay những thứ chúng thích vì bạn cùng con học trong một thời gian ngắn, bạn không có nhiều thời gian và tiền để mua mãi bánh cho con được và cho con ăn nhiều bánh cũng không hẳn là tốt cho sức khỏe. Hơn nữa, bánh kẹo cũng không thể sánh với tình yêu và sự tôn trọng của bạn dành cho con khi con làm được những việc như vậy.

Trẻ có thể học ở tốc độ rất nhanh, vì thế nếu bạn đưa ra các từ cho con học nhiều hơn ba lần, con của bạn sẽ cảm thấy tẻ nhạt, và nếu bạn đưa ra một từ lâu hơn hai giây bạn cũng sẽ khiến con sao nhãng. Đến lúc này bạn chỉ cần đọc từ ấy lên mà không cần nói: "từ này đọc là..."

Vào ngày thứ ba, hãy thêm năm từ mới khác nhé. Tức là bạn đang dạy con bạn ba nhóm từ, mỗi nhóm năm từ, và được nhắc lại ba lần trong một ngày. Bạn và con bạn sẽ có chín lượt chơi để học hết những từ ấy, mỗi lượt kéo dài vài phút.

15 từ đầu tiên mà bạn dạy cho con thường phải là những từ quen thuộc và thú vị nhất trong cuộc sống hàng ngày của con. Những từ đó bao gồm tên các thành viên trong gia đình, họ hàng, các con vật nuôi, các món ăn yêu thích, các vật dụng trong nhà và các hoạt động mà chúng yêu thích. Chúng ta không thể đưa một danh sách chính xác 15 từ nào vì nó phụ thuộc vào từng đứa trẻ, vì vậy nó mang tính cá nhân và khác biệt.

Điều duy nhất các bậc phụ huynh nên để ý đó là sự nhàm chán. Đừng bao giờ làm chúng cảm thấy nhàm chán. Quá trình học diễn ra chậm sẽ làm chúng nhanh chán hơn là học nhanh. Hãy nhớ rằng những đứa trẻ thông minh này có thể học thêm cả tiếng Anh cùng một lúc với tiếng mẹ đẻ đấy, vì thế đừng làm chúng chán nhé. Hãy cân nhắc những gì tuyệt vời mà con bạn làm được nhé. Chúng có thể đòi hỏi học những thứ khó nhất trong quá trình tập đọc cùng bạn, vì đọc chính là một hoạt động cơ bản trong quá trình học tập sau này.

Với sự giúp đỡ của bạn, trẻ có thể làm được hai việc sau đây:

1. Chúng đã phát triển được phương pháp trực quan và quan trọng hơn là dạy cho não của chúng biết phân biệt kí hiệu viết với các kí hiệu khác.

2. Chúng đã nắm được một trong những năng lực trừu tượng, đó là chúng đã biết đọc.

Tại sao chúng ta không bắt đầu dạy trẻ với bảng chữ cái? Câu trả lời cho câu hỏi này rất quan trọng. Đó như một nguyên tắc cơ bản trong khi dạy rằng chúng ta nên bắt đầu từ những cái đã biết tới những cái chưa biết, từ cái cụ thể tới cái trừu tượng. Không có gì trừu tượng hơn đối với một đứa trẻ hai tuổi là chữ *b*. Nếu đứa trẻ đó học và hiểu được thì đó là một dấu hiệu thần đồng. Rõ ràng là nếu một đứa trẻ hai tuổi có thể hiểu được thì có lẽ nó có thể giải thích rõ hơn cả người lớn rồi. Nếu chúng ta dạy theo cách này, đưa ra cho trẻ chữ *b*, thì nó sẽ hỏi: *"Tại sao nó lại là b"*?

Chúng ta sẽ trả lời nó sao đây?

"Ừ, thì nó là b vì... ừm... vì, mà con không thấy nó là b đấy thôi, à vì cần phải có một chữ là như thế để kí hiệu cho âm b... vì thế ta có chữ b..."

Đó là câu trả lời qua quýt. Cuối cùng, hầu hết chúng ta sẽ trả lời con là: *"Nó là b bởi vì mẹ lớn hơn con, vì thế nó là b"*. Có vẻ như với chúng ta đó đúng là lý do vì sao b là b.

Thật may là chúng ta chưa giải thích cho trẻ như vậy, bởi vì hầu hết bọn trẻ đều không thể hiểu tại sao b là b nhưng chúng biết rằng chúng ta lớn hơn chúng và có thể chúng sẽ coi câu trả lời đó là có lý.

Trong giai đoạn đầu nếu con bạn phân biệt được hình ảnh là rất quan trọng.

Đọc chữ cái không thú vị như đọc từ, vì không ai có thể ăn, bắt, mặc hay mở một chữ *b*. Người ta chỉ có thể ăn một *quả chuối*, bắt *quả bóng*, quăng *cái gậy* hay mở một *quyển sách*. Trong khi các chữ cái tạo thành từ *quả bóng* đều không rõ ràng thì bản thân từ *quả bóng* lại rất rõ nghĩa vì thế học từ *quả bóng* sẽ dễ hơn học chữ cái *b*.

Từ *quả bóng* cũng rất khác với từ *cái mũi* do chữ cái b khác chữ cái m. Đây chính là nguyên nhân khiến cho học từ dễ hơn học chữ cái.

Các chữ cái không phải là những đơn vị đọc và viết mà chỉ là những âm thanh riêng lẻ và là đơn vị nghe và nói. Còn từ là đơn vị ngôn ngữ. Các chữ cái chỉ đơn giản là vật liệu cấu tạo thành từ, giống như đất sét, gỗ, và đá là các vật liệu để xây nhà. Gạch, cốp pha và đá chính là những nguyên liệu cần thiết để xây nhà.

Sau này, khi trẻ đã đọc tốt và có thể viết được thì chúng ta sẽ dạy trẻ bảng chữ cái. Đến lúc đó có thể trẻ sẽ thấy vì sao loài người lại phát minh ra bảng chữ cái và vì sao chúng ta lại cần các chữ cái ấy.

Chúng ta bắt đầu dạy một đứa trẻ học từ bằng cách dùng tên trẻ, tên gia đình và các từ nói về bản thân vì đầu tiên trẻ sẽ học về gia đình và bản thân mình. Thế giới của trẻ bắt đầu từ bên trong và hướng dẫn ra bên ngoài – các nhà giáo dục đã biết điều này từ lâu.

Cách đây nhiều năm, một nhà phát triển trí thông minh của trẻ đã thể hiện một số điều giúp cải thiện giáo dục thông qua những chữ cái thần kì. Những chữ cái này là V.A.T – visual (hình ảnh), auditory (âm thanh) và tactile (xúc giác). Nó đã cho thấy trẻ học thông qua sự kết hợp giữa những gì nhìn được, nghe và cảm nhận được. Vì thế các bà mẹ vẫn thường chơi với con và nói những câu như "Con lợn nhỏ đi chợ và con lợn nhỏ ở nhà", bà mẹ cầm chân lợn giơ lên để trẻ thấy (hình ảnh), nói từ cho trẻ nghe thấy (âm thanh) và với chân ra để trẻ cảm thấy (xúc giác).

Trong bất kì trường hợp nào chúng ta cũng bắt đầu với các từ về gia đình và bản thân. Dưới đây là các từ về *bộ phận trong cơ thể:*

tay	tóc	chân	vai
đầu gối	ngón chân	mắt	rốn
bàn chân	tai	miệng	ngón tay
đầu	cánh tay	khuỷu tay	răng
mũi	ngón tay cái	môi	lưỡi

Còn đây là một phương pháp đơn giản bạn có thể sử dụng để thêm các từ mới và xóa đi các từ cũ: hãy bỏ một từ trong bảng mà bạn đã dạy trẻ trong năm ngày và thay thế bằng một từ mới. Con bạn đã nhìn thấy ba cột đầu tiên trong một tuần nên bây giờ bạn có thể xóa một từ cũ trong mỗi cột và cho một từ mới khác vào. Năm ngày sau, hãy bỏ một từ mới trong mỗi cột từ hai cột mà bạn đã thêm vào. Từ đây, hàng ngày bạn nên thêm một từ mới vào mỗi cột và bỏ một từ cũ. Tuy nhiên, mỗi từ cũ bỏ đi về sau sẽ phải được nhắc lại khi chúng ta tiến tới bước thứ hai, ba, bốn, năm vì bạn sẽ thấy rất nhanh.

Các bà mẹ thấy rằng nếu họ viết ngày tháng bằng bút chì lên mặt sau của tấm thẻ đọc thì sẽ biết được từ nào đã để lâu nhất và cần phải cất đi.

Khi hệ thống này tiếp tục hoạt động trôi chảy thì hãy thêm cột từ thứ tư và sau đó là cột thứ năm. Tiếp tục bỏ đi một từ cũ và thêm từ mới vào mỗi cột như đã miêu tả ở trên.

CHƯƠNG TRÌNH HÀNG NGÀY

Nội dung hàng ngày:	5 cột
Một giai đoạn:	1 cột (5 từ) hiện một lần
Tần suất:	1 cột/ngày x 3
Cường độ:	Từ màu đỏ 7,5cm
Thời lượng:	5 giây
Từ mới:	5 từ (mỗi cột 1 từ)
Từ bỏ đi:	5 từ (mỗi cột 1 từ)
Thời gian ghi nhớ cho mỗi từ:	3 từ/ngày x 5 ngày = 15 từ
Nguyên tắc:	Luôn dừng lại trước khi con bạn muốn dừng

Tóm lại, mỗi ngày bạn sẽ dạy được 25 từ, chia thành 5 cột, mỗi cột 5 từ. Mỗi ngày con bạn sẽ nhìn thấy 5 từ hoặc một từ mới trong mỗi cột và mỗi ngày cũng sẽ có 5 từ bỏ đi.

Ngoài ra bạn phải nhớ nguyên tắc quan trọng là không được làm cho trẻ chán. Nếu để như vậy, tiến độ của bạn chắc chắn sẽ rất chậm.

Nếu bạn làm tốt, trung bình trẻ có thể học được 5 từ mỗi ngày, thậm chí là 10 từ. Nếu bạn khéo léo và nhiệt huyết thì con số này có thể còn hơn.

Khi trẻ đã học xong những từ về cơ thể, bạn hãy sẵn sàng để chuyển sang bước tiếp theo trong quá trình đọc. Tiếp theo sẽ là hai bước khó khăn nhất. Nếu tiếp tục thành công, bạn sẽ thấy thật khó khăn nếu ngăn cản trẻ đọc nhiều hơn.

Bây giờ, cả bố mẹ và con nên tiếp cận trò chơi đọc này một cách thích thú và say mê. Hãy nhớ rằng, bạn đang xây dựng tình yêu đối với việc học cho trẻ và tình yêu ấy sẽ được nhân lên nhiều lần trong suốt quãng đời còn lại. Hay nói chính xác hơn thì, bạn đang củng cố lại niềm say mê học hành sẵn có nhưng có thể sẽ biến nó trở thành suy nghĩ vô ích hoặc thậm chí tiêu cực trong trẻ. Hãy chơi thật thoải mái và nhiệt huyết. Bây giờ bạn hãy bổ sung thêm các danh từ chỉ các vật dụng quen thuộc xung quanh trẻ.

Từ vựng trong nhà

Từ vựng "trong nhà" gồm các từ chỉ đồ vật quen thuộc, thức ăn hay các con vật.

Lúc này, vốn từ của trẻ có thể lên tới 25-30 từ, đôi khi trẻ sẽ phải nỗ lực để ghi nhớ những từ đã học. Nếu cứ phải nỗ lực như thế mãi trẻ sẽ rất mau chán. Trẻ thích học các từ mới nhưng không muốn ôn lại các từ cũ. Có thể bạn vẫn cố gắng kiểm tra trẻ. Đừng làm như thế. Kiểm tra chỉ khiến cho tình hình căng thẳng thêm và trẻ có thể cảm nhận thấy điều này. Trẻ cũng sẽ thấy căng thẳng và không hào hứng gì với việc học. Chúng ta sẽ nói về cách kiểm tra trong chương tiếp theo.

Hãy đảm bảo rằng con bạn thấy bạn yêu chúng nhiều như thế nào và tôn trọng chúng trong từng cơ hội.

Quá trình đọc nên là thời gian vui vẻ và hứng thú. Nó sẽ trở thành phần thưởng vô giá cho bạn và bé vì những nỗ lực đã bỏ ra.

Tên các đồ vật

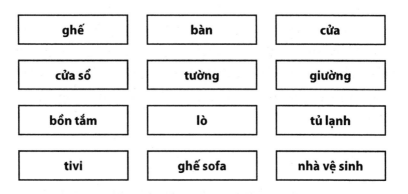

ghế	bàn	cửa
cửa sổ	tường	giường
bồn tắm	lò	tủ lạnh
tivi	ghế sofa	nhà vệ sinh

Danh sách này nên được bổ sung thêm hoặc bỏ bớt đi để trẻ biết đến tất cả các đồ vật xung quanh mình và trong gia đình.

Bây giờ hãy tiếp tục trò chơi với trẻ bằng nhóm từ "sở hữu".

Những từ sở hữu (những từ thuộc về bản thân trẻ)

xe tải	chăn	tất
cốc	thìa	quần
giấy	bóng	xe ba bánh
bàn chải	gối	chai

Thức ăn

nước quả	sữa	cam
bánh mỳ	nước	cà rốt
bơ	trứng	táo
chuối	khoai tây	dâu

Các con vật

voi	hươu cao cổ	hà mã
cá voi	khỉ đột	khủng long
tê giác	nhện	chó
hổ	rắn	cáo

Cũng giống như các phần trước, danh sách này nên được bổ sung và thay thế để trẻ biết các đồ vật mình có và những đồ trẻ thích nhất.

Rõ ràng là, danh sách này sẽ thay đổi theo thời gian, khi con bạn mới được 12 tháng tuổi hay 5 tuổi. Con bạn đang học từ theo cách vẫn học cho tới bây giờ. Danh sách này có thể thay đổi từ 10-50 từ tùy bố mẹ và trẻ chọn.

Danh sách từ đọc (đến giờ có khoảng 50 từ) toàn là danh từ. Nhóm từ tiếp theo trong từ vựng gia đình là nhóm từ chỉ hành động và các động từ lần đầu tiên được giới thiệu.

Các hành động

uống	ngủ	đọc
ăn	đi bộ	ném
chạy	nhảy	bơi
cười	leo trèo	bò

Để phần học từ này thêm vui vẻ mẹ có thể minh họa hành động và nói, ví dụ với từ *nhảy,* mẹ sẽ nói "Mẹ đang nhảy". Sau đó mẹ cho trẻ nhảy và nói "Con đang nhảy", tiếp theo mẹ giơ từ cho trẻ xem và nói "Từ này đang nhảy". Bằng cách này mẹ sẽ dạy hết các từ chỉ hành động. Trẻ sẽ rất thích vì quá trình này có sự tham gia của trẻ, của mẹ (hoặc bố) cùng các hành động và học.

Khi trẻ đã học xong các từ trong gia đình, có thể chuyển sang giai đoạn tiếp theo. Bây giờ trẻ đã học được hơn 50 từ, cả bạn và trẻ chắc chắn rất vui. Có hai việc cần làm trước khi chuyển sang bước tiếp theo, phần đầu của đoạn cuối cùng trong quá trình học đọc.

Nếu bố mẹ dạy trẻ với sự say mê (nên là như vậy) chứ không phải bổn phận hay bắt buộc thì cả bố mẹ và trẻ nên tự mình tận hưởng từng giai đoạn hàng ngày.

Một điểm nữa bố mẹ cần nhớ là trẻ cực kì tò mò về các từ, dù được thể hiện ở dạng viết hay dạng nói. Khi trẻ thể hiện sự thích thú với một từ thì vì bất kì lí do gì, bố mẹ cũng nên in từ đó ra và thêm vào lượng từ vựng của trẻ. Trẻ sẽ học rất nhanh và dễ dàng bất kì từ nào trẻ đã được hỏi.

Vì thế, nếu trẻ hỏi "Mẹ, tê giác nghĩa là gì?" hay "kính hiển vi là gì?" thì cách thông minh là phải trả lời câu hỏi cẩn thận và in từ đó ra ngay để bổ sung thêm từ vựng cho trẻ.

Trẻ sẽ cảm thấy một niềm vui đặc biệt và có thêm cảm hứng học những từ mà chính mình đã tìm ra.

BƯỚC 2: HỌC CÁC TỪ GHÉP

Khi trẻ đã đọc được các từ cơ bản đơn lẻ thì nên tiếp tục cho trẻ học các từ ghép.

Đây là bước chuyển quan trọng giữa từ và câu. Các từ ghép tạo ra chiếc cầu nối giữa những bước cơ bản của quá trình đọc – những từ đơn lẻ và đơn vị tổ chức tiếp theo – một câu. Tất nhiên khả năng đọc một nhóm từ có liên quan, còn gọi là một câu, là mục tiêu lớn tiếp theo. Tuy nhiên, bước chuyển học từ ghép này sẽ giúp trẻ tiến bộ với những bước đơn giản sang giai đoạn tiếp theo.

Bây giờ, mẹ sẽ cho trẻ ôn lại từ vựng và quyết định xem có thể tạo những từ ghép nào từ những từ trẻ đã học. Mẹ sẽ nhanh chóng nhận ra rằng cần phải biến đổi một số từ trong vốn từ vựng của con để có thể tạo thành những từ ghép có nghĩa.

Một nhóm từ đơn giản và rất dễ dạy là nhóm từ về màu sắc:

Màu sắc

đỏ	**tím**	**xanh da trời**
cam	**đen**	**hồng**
vàng	**trắng**	**xám**
xanh lá cây	**nâu**	**tím nhạt**

Có thể tạo những từ này cùng bảng màu ở mặt sau của mỗi tấm thẻ. Sau đó mẹ có thể đọc từ và lật mặt sau ra để trẻ xem màu.

Trẻ nhỏ có thể học màu rất nhanh và có thể chỉ được bất cứ màu gì khi chúng nhìn thấy. Sau khi học những màu cơ bản thì nên đưa tiếp các màu phức tạp hơn để trẻ khám phá (màu chàm, xanh da trời, xanh lục, màu oliu, vàng, bạc, đồng…)

Khi đã giới thiệu xong hết các màu cơ bản, mẹ có thể làm tiếp bảng từ ghép:

Trong mỗi từ ghép trên trẻ đã biết 2 từ đơn lẻ. Từ ghép có hai yếu tố làm cho trẻ thỏa mãn. Một là trẻ thích nhìn thấy những từ đã biết. Hai là dù đã biết cả 2 từ nhưng giờ thấy chúng kết hợp với nhau tạo ra một từ mới. Điều này khiến trẻ rất phấn khích. Nó mở ra cánh cửa tìm hiểu điều kì diệu của những chữ cái.

Hãy chia các từ ghép làm 2 cột, mỗi cột 5 từ. Cho trẻ nhìn mỗi cột 3 lần trong 1 ngày và liên tục trong 5 ngày (hoặc ít hơn). Sau 5 ngày, hãy bỏ một từ ghép ở mỗi cột và thêm vào từ mới khác. Hàng ngày hãy tiếp tục thêm một từ mới và bỏ đi một từ cũ ở mỗi cột.

Khi thực hiện bước này, người mẹ sẽ thấy phải biến đổi bổ sung thêm nhiều từ. Tốt nhất là nên dạy trẻ các cặp từ trái nghĩa.

Từ trái nghĩa

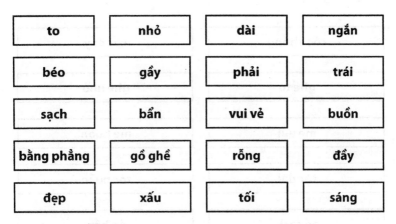

to	nhỏ	dài	ngắn
béo	gầy	phải	trái
sạch	bẩn	vui vẻ	buồn
bằng phẳng	gồ ghề	rỗng	đầy
đẹp	xấu	tối	sáng

Tùy thuộc vào độ tuổi của trẻ mà bạn cần hoặc không giới thiệu các tấm thẻ này với tranh minh họa ở mặt sau. "to" và "nhỏ" là những khái niệm rất đơn giản với một đứa trẻ. Người lớn chúng ta thường hay coi đây là những khái niệm trừu tượng nhưng thực ra chúng ở ngay xung quanh trẻ và trẻ có thể nắm bắt rất nhanh khi chúng được thể hiện logic và trực tiếp. Những ý tưởng này rất gần gũi với cuộc sống thường ngày của trẻ, vì thế theo ngôn ngữ nói thì nó gần với trái tim của trẻ.

Chúng ta có thể dùng các từ sau:

Các từ ghép

cốc không	cốc đầy
ghế to	ghế nhỏ
mẹ vui	mẹ buồn
tóc dài	tóc ngắn
áo sạch	áo bẩn
tay phải	tay trái

BƯỚC 3: ĐỌC CÁC CỤM TỪ

Đây là một bước đơn giản để chuyển từ từ ghép sang cụm từ. Lúc này, bước chuyển được thực hiện bằng cách bổ sung hành động cho các từ ghép và tạo thành một câu ngắn.

Mẹ đang nhảy
Billy đang đọc
Bố đang ăn

Thậm chí, với vốn từ vựng cơ bản từ 50-70 từ là đã có thể kết hợp được rất nhiều. Có ba cách rất hay để dạy các cụm từ đơn giản và một bà mẹ thông minh sẽ không dùng một cách mà dùng cả ba.

1. Hãy lấy ra 5 tên của người hoặc động vật, 5 thẻ có chữ "đang" và 5 thẻ "hành động". Chọn mỗi thứ 1 thẻ và tạo thành cụm từ. Đọc lên cho trẻ nghe. Giờ hãy để trẻ chọn ra một từ trong mỗi nhóm và tạo thành cụm từ. Đọc cụm từ đó cho trẻ nghe. Cùng trẻ tạo ra 3-5 cụm từ. Sau đó cất tấm thẻ đi. Bạn có thể chơi trò này thường xuyên nếu trẻ thích. Hãy nhớ thay đổi danh từ và động từ thường xuyên để trò chơi lúc nào cũng mới.

Mẹ	đang	ăn
Bố	đang	ngủ
Sally	đang	cười
Jimmy	đang	chạy
Amy	đang	trèo

Mẹ chọn

Sally	**đang**	**trèo**

Bé chọn

Jimmy	**đang**	**chạy**

2. Dùng một tấm bảng khoảng 15x40cm để tạo một cột 5 cụm từ. Bạn sẽ phải giảm cỡ chữ để viết vừa 3-4 từ trên tấm thẻ. Bây giờ hãy viết chữ cao khoảng 5cm. Cho trẻ xem 3 lần/ngày liên tục trong 5 ngày. Sau đó mỗi ngày bổ sung thêm 2 cụm từ mới và bỏ 2 cụm từ cũ đi. Con bạn sẽ học những cụm từ này rất nhanh vì vậy hãy sẵn sàng để chuyển sang những cụm từ mới càng nhanh càng tốt.

con voi đang ăn 5cm | 15cm

3. Hãy làm một quyển các cụm từ đơn giản. Quyển này cần có 5 cụm từ và minh họa đơn giản cho từng cụm. Chú ý chọn khổ giấy cho phù hợp. Nếu tấm bảng của bạn là 45x60cm, hãy cắt thành

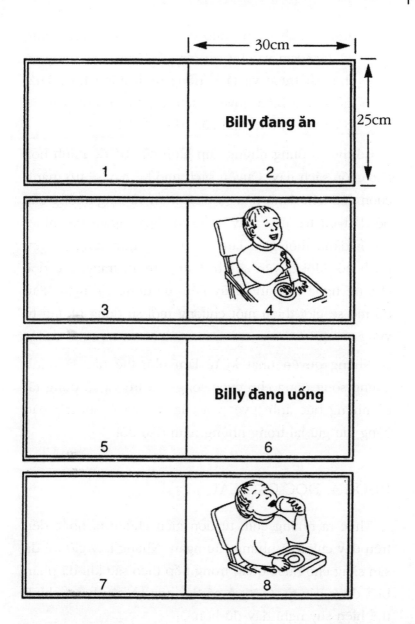

những hình vuông nhỏ để làm thành những trang cỡ 25x30cm và chữ cái màu đỏ 5cm. Các trang có chữ đặt trước và tách riêng hình minh họa. Thật thú vị khi biến quyển sách này thành quyển nhật kí đơn giản đầu tiên của trẻ.

Có thể sử dụng những tấm hình của bé để minh họa cho cuốn sách này. Quyển sách nhỏ bé này sẽ trở thành cuốn đầu tiên đánh dấu sự phát triển và tăng trưởng của bé. Bất cứ trẻ nào may mắn có được người mẹ nhiệt huyết dành thời gian làm cuốn sách này cũng sẽ yêu thích nó. Mỗi quyển sẽ chỉ bao gồm 10 trang, mẹ đọc cho trẻ nghe 2-3 lần/ ngày liên tục trong vài ngày. Sau đó mẹ sẽ giới thiệu một chương mới sử dụng những từ vựng tương tự.

Những quyển nhật kí tự làm như thế này là minh chứng sống động cho cuộc sống của trẻ và sử dụng tất cả những bức ảnh tuyệt vời của trẻ mà người mẹ nào cũng lưu giữ lại trong những năm đầu đời.

BƯỚC 4: ĐỌC CÁC CÂU

Thực ra những cụm từ đơn giản chúng ta nhắc đến trên đây chính là những câu ngắn. Nhưng bây giờ trẻ đã sẵn sàng cho bước quan trọng tiếp theo sau khi đã phân biệt được các từ. Giờ trẻ có thể học cả câu hoàn chỉnh thể hiện suy nghĩ đầy đủ hơn.

Nếu chỉ có thể hiểu được những câu chúng ta đã từng gặp thì khả năng đọc của chúng ta sẽ bị hạn chế. Tất cả niềm say mê khi lật mở một quyển sách nằm trong quá trình tìm kiếm quyển sách nói về những điều mà trước đây chúng ta chưa đọc bao giờ.

Bây giờ, chúng ta có thể sử dụng các phương pháp tương tự như khi học cụm từ. Tuy nhiên một câu phải có nhiều hơn 3 từ. Thay vì chọn ra 5 danh từ và 5 động từ để tạo thành những cụm từ đơn giản như "Mẹ đang ăn", chúng ta hãy thêm vào 5 đồ vật và nói "Mẹ đang ăn một quả chuối".

Khi tạo những câu 4 từ sử dụng 3 phương pháp như trong phần học cụm từ thì bạn có thể bổ sung thêm các trạng từ và tính từ để tạo thành một câu đúng:

Mẹ đang ăn một quả chuối màu vàng. 5cm 15cm

Khi viết thêm từ, bạn cần thu nhỏ cỡ chữ một chút. Giờ cỡ chữ chỉ còn 3,5cm.

Nếu đang chơi trò cấu tạo câu, bạn sẽ thấy rằng trẻ rất thích thú khi tạo ra những câu hài hước.

Con	voi	đang	ăn	súp
Bố	đang	ôm	quả	dâu
Billy	đang	ngồi	lên	rốn

Nếu học câu hiệu quả, mẹ và bé sẽ cùng tạo ra những kết hợp câu lạ, nghe rất vui và buổi học sẽ kết thúc trong sự vui vẻ. Vì mỗi câu đều được đặt trên các tấm thẻ hoặc trong sách cấu tạo từ các từ đơn lẻ nên bạn sẽ phải đọc trước cẩn thận, có thể con bạn sẽ lướt qua các câu rất nhanh.

Sẽ rất thông minh nếu bạn chỉ dùng khoảng 50 từ và cùng trẻ tạo thành càng nhiều câu càng tốt. Bằng cách đó, trẻ sẽ thực sự nắm bắt được các từ này. Sự tự tin của trẻ sẽ tăng lên để khi gặp bất kì câu mới nào trẻ cũng sẽ có thể đọc được.

Trong giai đoạn này, bạn sẽ vẫn giới thiệu ngữ liệu cho trẻ. Bạn sẽ đọc to các câu hoặc sách cho trẻ nghe. Tùy thuộc vào độ tuổi, khả năng ngôn ngữ, tính cách mà bạn có thể nói to một số từ nào đó một cách vô tình hoặc đọc to cả câu. Nếu trẻ cũng nói tự nhiên thì rất tốt. Chúng ta sẽ nói thêm về vấn đề này ở chương sau.

Vì chuyển từ những câu 4 từ sang câu 5 từ và dài hơn nên bạn sẽ không còn chỗ trống trên tấm thẻ 15x40cm hay quyển sách 25x30cm nữa.

Bây giờ bạn sẽ tiếp tục phải làm ba việc sau:

1. Giảm cỡ chữ

2. Tăng số lượng từ

3. Thay đổi màu chữ từ đỏ thành đen

Hãy bắt đầu bằng việc giảm cỡ chữ xuống một chút. Bạn không phải giảm quá nhiều nếu không trẻ sẽ khó đọc. Hãy thử chữ cao 2,5cm và dùng trong vài tuần. Nếu không vấn đề gì thì bạn chuyển sang tăng lượng từ. Nếu dùng câu năm từ thì giờ bạn có thể chuyển sang câu sáu từ. Tuy nhiên vẫn để cỡ chữ 2,5cm. Giờ hãy tiếp tục với câu sáu từ một thời gian. Nếu không vấn đề gì, hãy giảm cỡ chữ xuống còn khoảng 2,2cm. *Nguyên tắc quan trọng của bước này là không giảm cỡ chữ và tăng số lượng từ cùng lúc.* Đầu tiên hãy giảm cỡ chữ một thời gian rồi sau đó mới tăng số lượng từ.

Hãy làm hai việc này dần dần. Nhớ rằng câu không nên viết quá to hoặc rõ ràng nhưng cũng đừng quá nhỏ và rối mắt. Bạn không bao giờ nên làm bước này một cách qua loa.

Nếu giảm cỡ chữ hoặc tăng số lượng từ quá nhanh, bạn sẽ thấy trẻ giảm dần hứng thú. Trẻ sẽ không nhìn vào các chữ cái nữa mà quay ra nhìn bạn vì các tấm thẻ quá phức tạp với trẻ. Nếu điều này xảy ra, hãy quay về cỡ chữ và số lượng từ mà bạn đã sử dụng trước đó. Giữ ở mức độ này một thời gian trước khi cố gắng chuyển sang mức tiếp theo.

Bạn không phải thay đổi cỡ chữ hay màu sắc của từng từ riêng lẻ. Thực ra, chúng ta thấy rằng việc giữ nguyên cỡ chữ to sẽ dễ dàng hơn cho cả mẹ và bé. Tuy nhiên, khi làm sách với các chữ cái 2,5cm hoặc 6 từ trên một trang hoặc dài hơn, chúng tôi khuyên bạn nên đổi từ màu đỏ sang màu đen. Vì các từ nhỏ hơn, nên màu đen sẽ tạo sự tương phản tốt hơn trên nền trắng.

Bây giờ đã đến bước cuối cùng – thú vị nhất trong tất cả các bước: làm quen với sách. Chúng ta đã có những nền tảng vững chắc với sách từ ghép, sách cụm từ và sách câu nhưng nếu những bước này là bộ xương thì bước tiếp theo sẽ là phần thịt.

Con đường đã trở nên rõ ràng, vì thế hãy tiến hành.

BƯỚC 5: ĐỌC CÁC QUYỂN SÁCH

Bây giờ thì con bạn đã sẵn sàng đọc một cuốn sách trọn vẹn. Thực tế là trẻ đã đọc rất nhiều những cuốn sách kiểu rời rạc và đọc được các từ đơn, từ ghép, các cụm từ, và giờ là lúc chúng muốn đọc một cuốn sách thực sự

Quá trình chuẩn bị kĩ lưỡng ở các bước trước chính là yếu tố then chốt giúp cho trẻ đọc thành công cuốn sách đầu tiên và là nền tảng để trẻ có thể đọc thêm nhiều cuốn sách khác. Chúng ta đã tạo dựng cho con một nền tảng khi giúp con đọc được các từ đơn, từ ghép, cụm từ, và câu với mẫu chữ to. Nhưng đến bước này trẻ sẽ phải đọc với cỡ chữ nhỏ hơn và với số lượng từ nhiều hơn trên mỗi trang.

Trẻ càng nhỏ thì ở bước này có càng nhiều thử thách hơn. Chúng ta cần phải nhớ rằng ta đã dạy trẻ tập đọc và phát triển phương pháp đọc trực quan một cách chính xác như các bài tập thể dục.

Trong trường hợp cỡ chữ bị giảm đi nhiều và con bạn chưa thể đọc cỡ chữ ấy một cách dễ dàng thì bạn cần chú ý loại chữ nào là phù hợp và dễ đọc khi bạn cùng con thực hiện bước ba và bước bốn. Vì những từ mà bọn trẻ đọc giống hệt với những từ mà chúng đã đọc, chỉ khác là theo các bước cỡ chữ nhỏ dần đi. Và bạn có thể nhận thấy rằng nếu như con mình vẫn nắm bài rất nhanh thì tức là phương pháp học trực quan của trẻ đã tương đối nhuần nhuyễn. Thậm chí, giả sử một đứa trẻ có thể hoàn thành bước hai và bước ba thành công với từ có cỡ chữ 5cm nhưng chúng vẫn sẽ gặp khó khăn khi đọc những từ y như vậy trong sách. Câu trả lời đơn giản là vì trong sách chữ quá nhỏ. Chúng ta đều biết rằng trẻ có thể đọc tốt với cỡ chữ 5cm. Vậy thì giờ chúng ta hãy chuẩn bị cho trẻ đọc thêm nhiều từ và câu đơn giản với cỡ chữ này. Hãy dùng những từ, câu đơn giản, dễ hình dung để trẻ không thấy chán. Sau hai tháng, hãy trở lại với cuốn sách có cỡ chữ nhỏ hơn.

Hãy nhớ rằng nếu chữ in quá nhỏ thì chính bạn cũng thấy khó đọc. Nếu lúc đó trẻ ba tuổi thì bạn nên chọn cuốn sách có cỡ chữ 2cm là hợp lý. Nếu trẻ ít hơn 2 tuổi thì bạn nên chọn những cuốn sách có cỡ chữ từ 2,5cm đến 5cm. Lúc này mới là đọc thực sự. Quá trình đọc sẽ giúp cho não trẻ phát triển hơn nhiều so với những trẻ không đọc.

Lúc này, các bạn cần phải tìm những cuốn sách phù hợp để dạy con đọc. Hãy tìm những cuốn sách có chứa những từ mới mà bạn đã từng dạy con bạn trong các từ riêng lẻ, trong từ ghép và trong các cụm. Việc lựa chọn sách là cực kỳ quan trọng và cần phải đảm bảo những yêu cầu sau:

1. Có chứa khoảng 50 đến 100 từ vựng

2. Mỗi trang phải có nhiều hơn một câu

3. Cỡ chữ cần phải từ 2cm trở lên

4. Văn bản cần được đưa ra trước và tách rời với những chú thích

Đôi khi bạn cũng cần phải làm đơn giản bài đọc đi để phù hợp với việc đọc của trẻ, hoặc đôi khi bạn có thể tìm thấy những cuốn sách có những minh họa đẹp mắt, nhưng nội dung thì lại đơn điệu hoặc nhàm chán. Trong trường hợp đó bạn nên viết lại bài đọc sử dụng nhiều từ ngữ chau chuốt hơn với những cấu trúc câu đầy đủ hơn.

Nội dung của sách cũng cần sinh động. Lý do vì sao trẻ muốn đọc cũng giống như lý do của người lớn. Chúng cũng muốn được giải trí và học hỏi, nên chúng cũng sẽ thích những câu chuyện phiêu lưu, những câu chuyện cổ tích, hoặc huyền bí. Có hẳn một thế giới huyền ảo với những chi tiết hư cấu tuyệt vời đã và đang được viết ra cho chúng. Bọn trẻ cũng thích cả những câu chuyện có thật, nhất là những câu chuyện nói về cuộc sống của những người hoặc động vật mà chúng biết.

Có lẽ, nguyên tắc đơn giản nhất để có thể làm theo là tìm những cuốn sách thú vị, nếu không thì chúng sẽ không cuốn hút được một đứa trẻ ba tuổi đâu.

Tốt nhất là nên đặt ra mục tiêu cao hơn bằng cách đọc những cuốn hơi khó một chút, thay vì đọc những thứ không đáng đọc và khó hiểu.

Hãy nhớ những nguyên tắc sau:

1. Cần tạo ra hoặc chọn những cuốn sách hấp dẫn bọn trẻ

2. Giới thiệu trước các từ mới ở dạng từ đơn trước khi bắt đầu đọc

3. Chữ trong bài đọc cần rõ ràng và đủ lớn

4. Cần để trẻ lật sang trang để nhìn các hình ảnh mình thích và theo dõi bài đọc

Khi bạn đã hoàn thành các bước trên thì đã đến lúc bạn cùng con bắt đầu cuốn sách rồi đấy. Hãy ngồi cùng con và đọc cho nó nghe. Con có thể muốn đọc một vài từ thay vì để bạn đọc. Nếu con đọc một cách tự giác và tự phát thì tốt. Điều này phụ thuộc vào độ tuổi và tính cách của từng đứa trẻ. Khi đó, bạn có thể đọc trước và cho con đọc theo.

Hãy đọc ở tốc độ tự nhiên với giọng đọc truyền cảm và hào hứng. Bạn không cần phải chỉ vào từng từ cho con, nhưng đôi khi con bạn lại muốn bạn làm thế. Nếu con muốn, bạn có thể làm như thế, miễn là bạn không làm chậm chương trình dạy con.

Hãy đọc khoảng hai, ba lần hàng ngày trong vài ngày. Mỗi cuốn sách sẽ có những nội dung và đặc điểm riêng. Có những cuốn bạn chỉ cần đọc chúng trong vài ngày, có những cuốn bạn phải đọc hàng ngày trong vài tuần. Con của bạn giờ đã bắt đầu với thư viện sách của riêng mình. Ngay cả khi bạn đã đọc xong cuốn sách thì con bạn có thể tự đọc lại, và chú có thể đọc đi đọc lại hàng ngày nếu chú muốn.

LỜI KẾT

Có ba cấp độ nổi bật trong quá trình học đọc của trẻ. Khi đứa trẻ vượt qua mỗi cấp độ ấy, chúng sẽ cảm thấy vô cùng hồ hởi và sung sướng khám phá tiếp. Niềm vui mà Columbus phát hiện ra một châu lục mới chưa chắc đã lớn hơn niềm vui của bọn trẻ khi chúng trải qua từng cấp độ.

Tất nhiên, niềm vui đầu tiên là khám phá ra rằng những từ trẻ đọc đều có ý nghĩa riêng. Đối với bọn trẻ, điều đó giống như một mật mã bí mật mà chúng muốn chia sẻ với người lớn chúng ta. Chúng sẽ vô cùng thích thú vì điều đó.

Sau đó, chúng nhận ra rằng những từ mình đọc có thể kết hợp cùng với nhau và từ đó sẽ có nhiều tên gọi hơn cho sự vật. Đó cũng là một phát hiện mới vô cùng tuyệt vời.

Điều cuối cùng chúng khám phá ra có lẽ sẽ làm các bậc phụ huynh ngạc nhiên. Đó là những cuốn sách chúng đọc không chỉ đưa ra những câu chuyện ngộ nghĩnh, mà chúng còn biết gắn nó với sự vật, không chỉ là giải mã những từ chúng đọc được mà còn biết đưa ra nhận xét về con người và sự vật. Và ngạc nhiên hơn khi bọn trẻ cảm nhận rằng cuốn sách như đang nói chuyện với chúng. Khi bọn trẻ cảm nhận thấy điều này (khi mà chúng đã đọc rất nhiều cuốn sách) thì sẽ không có gì ngăn cản được niềm đam mê đọc sách của chúng. Giờ chúng có thể đọc cho dù từ đó có nghĩa là gì đi chăng nữa vì chúng hiểu rằng những từ mà chúng đã học có thể kết hợp với những từ khác để tạo ra một nghĩa mới. Như thế, mỗi khi đọc một cái gì đó, chúng không cần phải học một loạt từ như là từ mới.

Thật là những khám phá tuyệt vời, và không phải cái gì cũng sánh được với những khám phá này. Giờ đây, chúng sẵn sàng đọc bất kỳ một cuốn sách nào mà người lớn chọn.

Nguồn tri thức nhân loại đang mở ra trước mắt bọn trẻ. Đó không chỉ là những kiến thức chúng học được từ những người thân trong gia đình, ngoài hàng xóm mà cả từ những người chúng không hề gặp mà chỉ biết qua những cuốn sách. Thậm chí, nhờ đọc sách, chúng còn biết đến những người sống cách đây rất lâu ở những nơi khác nhau, ở những thời đại khác nhau.

Sức mạnh của chúng ta để tự điều khiển cuộc sống của mình chính là khả năng đọc và viết. Vì con người có thể đọc và viết, họ có thể truyền đạt vốn tri thức cho thế hệ sau. Vốn tri thức của con người là một quá trình tích luỹ.

Con người chỉ thực sự được coi là người khi anh ta biết đọc và viết. Những đứa trẻ của chúng ta học được gì khi chúng tập đọc là vô cùng quan trọng. Thậm chí, chúng sẽ cố chia sẻ với bạn những khám phá tuyệt vời của chúng vì chúng sợ rằng bố mẹ sẽ quên mất. Nếu con bạn làm như vậy thì hãy lắng nghe một chúng một cách chăm chú đầy trìu mến vì những gì chúng muốn nói là vô cùng quan trọng.

Chương 8

Độ tuổi nào thích hợp nhất để bắt đầu?

Đó là độ tuổi thấp nhất để trẻ bắt đầu học đọc.

- WILLIAM RICKER, NĂM 1890

Giờ thì bạn đã hiểu được các bước cơ bản trong việc dạy trẻ học đọc. Tuy nhiên, bạn bắt đầu dạy con bạn đọc như thế nào và các bước nào cần được chú trọng lại phụ thuộc vào độ tuổi của con bạn khi bạn bắt đầu chương trình của mình.

Phương pháp chúng tôi đề cập ở trên là phương pháp bạn nên đi theo và nó thực sự có hiệu quả. Hàng chục ngàn cha mẹ đã sử dụng thành công biện pháp nghiêm ngặt này để dạy con mình học đọc ở mọi độ tuổi từ khi mới lọt lòng mẹ cho đến 6 tuổi. Tuy nhiên, bạn cần nhớ rằng một đứa trẻ sơ sinh khác hoàn toàn so với một cậu bé đã 2 tuổi và tất nhiên một đứa trẻ 3 tháng tuổi cũng không hề giống một đứa trẻ 3 tuổi chút nào.

Bây giờ, chúng ta chia chương trình này thành các chương trình riêng lẻ cho mỗi nhóm tuổi quan trọng từ sơ sinh đến 6 tuổi.

Các bước đi cụ thể cũng như thứ tự các bước đi này không thay đổi bất kể là ở độ tuổi nào.

Ở chương này, chúng ta sẽ vạch ra các phương pháp và sắc thái giúp bạn nâng cao chất lượng chương trình dạy đọc của mình cũng như giúp bạn dễ dàng thành công hơn bất kể độ tuổi của con bạn khi bắt đầu chương trình này là bao nhiêu.

Ngay lúc này, có lẽ có những bạn nghĩ rằng mình sẽ chỉ đọc và nghiên cứu những phần liên quan đến độ tuổi của con mình tại thời điểm này. Tuy nhiên, một điều rất quan trọng là nếu bạn hiểu được tất cả những nội dung có trong mỗi phần để khi con bạn lớn và phát triển dần lên thì bạn có thể biết phải thay đổi chương trình như thế nào cho phù hợp với trẻ.

Con bạn sẽ liên tục thay đổi, chương trình của bạn cũng cần phải linh hoạt để có thể theo kịp chúng.

Một điều rất quan trọng bạn cần phải biết là nếu bạn dự định bắt đầu chương trình khi con bạn mới chỉ là đứa trẻ sơ sinh thì chương trình của bạn trước hết không phải là chương trình dạy đọc mà nó thực sự là một chương trình kích thích thị giác.

Trong quá trình thực hiện "lộ trình" đọc này, trẻ sơ sinh cần một bước đi *trước* khi thực hiện *bước đầu tiên*. Chúng tôi gọi đó là *bước số không* bởi vì trước khi một đứa trẻ thực sự có thể sẵn sàng cho *bước đầu tiên* của chương trình học đọc thì đứa trẻ đó cần phải trải qua *bước số không,* một chương trình của sự kích thích thị giác.

Khi mới sinh ra, con bạn chỉ có thể nhìn thấy hai màu sáng, tối. Trẻ không thể nhận biết được các chi tiết. Trong vài giờ hoặc vài ngày sau khi sinh ra, đôi khi trẻ có thể nhận biết được hình dáng trong những khoảng thời gian ngắn. Khả năng quan sát của trẻ được kích thích bởi những hình dáng xung quanh nó, ban đầu là trong khoảng thời gian *rất ngắn,* trong vài giây. Ở giai đoạn này, để nhìn được các hình dáng đã là cả một sự cố gắng của trẻ sơ sinh, do vậy nhìn được các chi tiết quả thực là một kỳ tích đối với chúng. Tuy nhiên, chúng sẽ luôn cố gắng để làm được điều đó vì khát khao được nhìn của trẻ rất mãnh liệt.

Ban đầu, những trẻ sơ sinh nhìn thấy hình dáng cái đầu của người mẹ đang di chuyển trước ánh sáng mặt trời chiếu qua khung của sổ. Trẻ sơ sinh càng có nhiều cơ hội để nhìn thấy sự tương phản giữa một hình dáng ổn định màu đen trước một khung nền sáng thì thị giác của chúng sẽ càng phát triển tốt.

Một khi chúng có thể nhận biết được hình dáng, chúng sẽ tìm kiếm những chi tiết trong cái hình dáng đó.

Mắt, mũi, miệng của người mẹ sẽ là những chi tiết đầu tiên mà chúng có thể nhìn thấy được.

Trong cuốn sách này, chúng tôi sẽ không miêu tả chi tiết từng bước phát triển thị giác của trẻ sơ sinh. Tuy nhiên, việc nói chuyện với trẻ đóng vai trò quan trọng trong kích thích và phát triển thị lực của trẻ.

Thị lực của trẻ là kết quả của những kích thích và cơ hội. Nó không phải là kết quả của sự di truyền, giống như người ta từng nghĩ.

Những đứa trẻ sơ sinh có cơ hội để nhìn các hình dáng và chi tiết sẽ phát triển những khả năng này nhanh hơn, vì vậy sẽ vượt qua giai đoạn "mù chức năng" khi mới sinh ra và sẽ có thể nhìn tốt mà không cần nhiều cố gắng.

Chương trình kích thích thị giác cũng cực kỳ dễ dàng và hợp logic. Về cơ bản, đó là bạn sẽ nói chuyện với trẻ khi chúng mới chào đời. Thực tế là bạn đã làm điều đó trong hơn chín tháng trước khi chúng được sinh ra.

Người ta không còn nghi ngờ gì về tác dụng của việc nói chuyện với trẻ sơ sinh. Tất cả chúng ta đều biết rằng, ngay vừa mới được sinh ra, trẻ có quyền được nghe thứ ngôn ngữ thuộc về chúng.

Ngôn ngữ nói là một sự trừu tượng nguyên sơ. Chúng ta có thể nói rằng ngôn ngữ nói không trừu tượng hoặc kém trừu tượng hơn so với ngôn ngữ viết, tuy nhiên thực tế là trẻ gặp nhiều khó khăn trong việc giải mã ngôn ngữ nói hơn là so với ngôn ngữ viết. Chúng ta thường nói với trẻ rằng "*Con* ngoan của mẹ?" (một cách trìu mến); sau đó là "con *ngoan* của mẹ" (một cách thờ ơ) và đến cuối ngày là "con ngoan *của mẹ*" một cách rất mệt mỏi.

Chúng ta nói lặp đi lặp lại một điều trong ba lần. Nhưng thực tế lại không phải là như vậy.

Đối với thính giác của một trẻ sơ sinh thì đó là ba trải nghiệm khác nhau hoàn toàn. Mỗi lần có những sự nhấn mạnh khác nhau. Chúng đang tìm kiếm sự giống và khác nhau giữa ba trải nghiệm đó.

Bây giờ, chúng ta hãy nghiên cứu những lợi ích của việc kích thích thị giác. Chúng ta lấy một tấm bìa to màu trắng có in chữ "Mẹ" màu đỏ. Chúng ta cầm tấm bìa đó lên và nói "Mẹ". Chúng ta lặp đi lặp lại điều đó nhiều lần trong ngày. Đối với trẻ, tấm bìa chúng nhìn trong mỗi lần khác nhau là hoàn toàn giống nhau. Thực tế, trông nó không khác nhau bởi vì nó không hề khác nhau. Kết quả là nó có thể học điều đó thông qua hình ảnh nhanh và dễ dàng hơn rất nhiều so với qua âm thanh.

Chúng ta nên bắt đầu với những từ đơn lẻ. Hãy chọn bảy từ mà bạn sử dụng thường xuyên nhất và cũng là quan trọng nhất đối với những đứa trẻ sơ sinh như tên của trẻ, từ "Mẹ" và "Bố" và các bộ phận trên cơ thể của trẻ. Đây là một cách "khởi động" rất tốt.

Do bạn bắt đầu chương trình của mình với một trẻ sơ sinh nên cỡ chữ trong tấm bìa phải rất to. Bạn phải dùng tấm bìa có kích thước 15×55cm, chữ cao 12,5 cm và nét chữ rộng 2 cm hoặc hơn. Các chữ phải in đậm để có được sự sắc nét cần thiết đối với một đứa trẻ mới sinh. Nên nhớ rằng đây là những kích thích thị giác đầu tiên và trước nhất.

Nếu bạn bắt đầu chương trình của mình khi trẻ vừa mới được sinh ra hoặc được sinh ra vài ngày, bạn nên bắt đầu với một từ đơn lẻ. Thông thường, bắt đầu với tên của con bạn là cách làm hay nhất. Khi bạn đang bế ẵm đứa trẻ trong tay, hãy cầm tấm bìa đó lên, cách con bạn khoảng 45 cm rồi nói tên của con bạn. Giờ thì hãy giữ nguyên tấm bìa như vậy và chờ đợi. Bạn sẽ thấy đứa trẻ cố gắng tìm kiếm tấm bìa đó. Khi con bạn nhìn thấy tấm bìa đó, bạn hãy nói lại tên con bạn thật to và rõ ràng. Đứa trẻ sẽ cố gắng tập trung quan sát trong một đến hai giây – giờ thì hãy bỏ tấm bìa xuống.

Do trẻ sơ sinh không thể nhìn thấy hình dáng và chi tiết, nên bạn có thể sẽ muốn đưa đi đưa lại tấm bìa đó trong tầm nhìn của con để thu hút sự chú ý của nó.

Bạn nên nhớ rằng, con bạn rất tập trung chú ý nhưng thị giác của trẻ rất kém. Nếu chúng ta đưa đi đưa lại tấm bìa đó, con bạn sẽ cố gắng để tập trung vào một vật đang di chuyển, điều đó là khó khăn hơn nhiều so với việc tập trung quan sát một vật cố định. Vì vậy, bạn nên giữ tấm bìa hoàn toàn cố định và cho con bạn thời gian để xác định vị trí tấm bìa đó. Ban đầu có thể mất 10 đến 15 giây, hoặc thậm chí là lâu hơn, tuy nhiên bạn sẽ thấy con bạn sẽ ngày càng mất ít thời gian cho việc xác định vị trí tấm bìa và tập trung quan sát vào nó.

Khả năng xác định và tập trung quan sát tấm bìa là kết quả của số lần bạn đưa tấm biển đó lên với mỗi từ bạn viết lên đó.

Việc cung cấp một ánh sáng phù hợp là điều cực kỳ quan trọng. Ánh sáng nên hướng tới tấm bìa thay vì hướng vào mắt của trẻ. Ánh sáng này cần phải tốt hơn nhiều so với ánh sáng mà bạn và tôi sử dụng hàng ngày.

Bạn sẽ nâng cao và đẩy nhanh quá trình phát triển thị giác của trẻ từ một năng lực nguyên sơ là nhìn ánh sáng cho đến một năng lực phức tạp hơn là nhận biết nụ cười của mẹ.

Vào ngày đầu tiên, bạn nên đưa tấm bìa có viết chữ lên cho trẻ quan sát 10 lần. Nếu bạn có thể đưa tấm bìa đó lên nhiều lần hơn thì càng tốt. Các bà mẹ tận dụng mọi cơ hội để đưa tấm biển đó lên ví dụ như thay tã, thay quần áo. Điều này thực sự mang lại nhiều hiệu quả.

Vào ngày thứ hai, bạn chọn một từ mới và lại đưa tấm bìa lên cho trẻ quan sát 10 lần. Trong bảy ngày đầu, mỗi ngày bạn hãy chọn một từ khác nhau và đưa lên 10 lần như vậy. Các tuần tiếp theo bạn lặp lại những từ đó và cũng đưa lên 10 lần mỗi ngày. Lặp lại quá trình đó trong ba tuần. Điều đó có nghĩa là, con bạn lại nhìn thấy từ "Mẹ" mười lần vào mỗi ngày thứ Hai trong tuần.

Sau ba tuần, nếu bạn bắt đầu chương trình ngay sau khi con bạn sinh ra, chắc chắn con bạn sẽ có thể tập trung quan sát các từ nhanh hơn rất nhiều. Thực tế là, ngay sau khi bạn đưa tấm bìa lên, con bạn đã thể hiện sự thích thú và mong đợi bằng cách lắc lư cơ thể và đạp nhẹ chân của mình.

Khi điều đó xảy ra cũng là lúc bạn cảm thấy phấn khích nhất do bạn nhận ra rằng con mình không chỉ nhìn được mà còn có thể hiểu được những thứ nó nhìn thấy, và quan trọng hơn là nó cảm thấy vô cùng thích thú với những trải nghiệm đó. Chương trình kích thích thị giác ngày càng trở nên dễ dàng hơn đối với con bạn do khả năng của bé trong việc tập trung và quan sát chi tiết ngày càng được phát triển.

Trong những giai đoạn đầu của chương trình phát triển khả năng quan sát, bạn có thể dễ dàng nhận thấy rằng thị lực của bé biến đổi mỗi ngày. Khi được cho ăn uống và nghỉ ngơi đầy đủ, bé sẽ thường xuyên sử dụng thị giác của mình, tuy nhiên bé sẽ rất nhanh mệt mỏi. Khi bé buồn ngủ, thì thị giác của bé cũng gần như ngừng hoạt động và quan sát rất ít. Khi bé đói, bé sẽ sử dụng năng lượng của mình vào việc đòi bạn cho ăn.

Vì vậy, bạn phải chọn thời điểm thích hợp để đưa tấm bìa có in chữ lên. Bạn sẽ nhanh chóng học được cách nhận biết lúc nào là thời điểm thích hợp nhất và né tránh những thời điểm trẻ đang đói hoặc đang buồn ngủ. Thỉnh thoảng, bé không được khỏe trong vòng một hoặc hai ngày. Khi đó bé thường cáu kỉnh và luôn cảm thấy mệt mỏi. Bạn không nên tiếp tục chương trình vào những ngày này, tốt nhất là chờ đến khi nào bé khỏe lại như những ngày trước đó.

Hãy bắt đầu như khi bạn đã dừng lại. Bạn không cần phải thử lại từ đầu.

Sau khi bạn hoàn tất với bảy từ đầu tiên trong ba tuần, hãy chọn bảy từ khác và lặp lại chu kỳ như vậy cho đến khi con bạn nhận biết được các chi tiết của chúng một cách dễ dàng và nhất quán. Đối với một đứa trẻ bình thường mà không nhận được sự kích thích một cách có tổ chức, điều đó sẽ không thể xảy ra trước tuần thứ 12 hoặc muộn hơn. Con bạn, đứa trẻ đã nhận được một chương trình kích thích thị giác, có thể làm được điều đó chỉ trong 8-10 tuần.

Các bà mẹ rất nhạy cảm trong việc xác định khi nào con của mình có thể nhìn thấy các tấm bìa và các từ một cách dễ dàng. Tại thời điểm đó, một đứa trẻ sẽ dễ dàng nhận biết mẹ của chúng và ngay lập tức sẽ phản ứng lại với nụ cười của bà mẹ mà không cần bất cứ một kích thích âm thanh hay hình ảnh nào. Cũng tại thời điểm này, trẻ luôn sử dụng thị giác của mình, ngoại trừ khi trẻ quá mệt mỏi hoặc đang bị ốm.

Giờ thì bạn cùng thiên thần bé nhỏ của bạn đã hoàn tất *"bước số không"* và thực sự con bạn đã phát triển thị lực của mình. Con bạn đã sẵn sàng để bắt đầu quá trình học đọc và đi theo các bước được vạch ra ở đây (Chương 7). Bởi vì con bạn đã nhận biết được các từ đơn lẻ trong một hoặc hai tháng, bạn có thể sử dụng ba nhóm, mỗi nhóm gồm năm từ và đưa ra cho bé thực hành ba lần mỗi ngày.

Tại thời điểm này, bạn thay đổi chương trình kích thích thị giác của mình từ mức độ chậm, thận trọng sang mức độ nhanh hơn rất nhiều. Giờ con bạn sẽ học đọc với một tốc độ làm bạn kinh ngạc mà chỉ thông qua những gì nó nghe được.

BẮT ĐẦU VỚI TRẺ TỪ 3 ĐẾN 6 THÁNG TUỔI

Nếu bạn bắt đầu chương trình dạy đọc khi con bạn 3-6 tháng tuổi, con bạn sẽ tập trung vào *bước đi đầu tiên* của quá trình học đọc. Bước đi này sẽ là "trái tim" trong chương trình của bạn.

Bạn cần nhớ hai điều quan trọng nhất, đó là:

1. Đưa các từ ra một cách thật nhanh.

2. Thường xuyên thay các từ mới.

Một điều tuyệt vời của mỗi đứa trẻ sơ sinh là chúng đều là những trí thức thuần khiết. Chúng học mọi thứ với một cách vô tư và không một chút thành kiến nào. Chúng học để mà học, ngoài ra không có động cơ gì khác. Tất nhiên, sự tồn tại của chúng phụ thuộc vào đặc điểm này nhưng đây là một đặc điểm đáng trân trọng và việc nó luôn gắn liền với sự tồn tại của trẻ thì cũng không kém phần đáng trân trọng.

Trẻ sơ sinh là những người trí thức mà chúng ta luôn mong muốn trở thành, tuy nhiên rất ít trong chúng ta làm được điều đó. Chúng yêu mến mọi thứ có thể học hỏi được. Sẽ là một niềm hãnh diện của chúng và của chúng ta nếu chúng ta may mắn có cơ hội để dạy dỗ chúng.

Ở độ tuổi từ 3-6 tháng tuổi, trẻ có thể học ngôn ngữ một cách đáng kinh ngạc. Chúng cũng có thể nhận biết được các chi tiết một cách nhất quán. Nói tóm lại, chúng có thể tiếp thu ngôn ngữ nói mà không vấp phải bất kỳ trở ngại nào, miễn rằng chúng ta đưa ra thông tin một cách đủ to và rõ ràng. Chúng cũng có thể tiếp thu ngôn ngữ viết miễn rằng chúng ta làm cho phông chữ đủ *lớn* và rõ ràng. Mục tiêu của chúng ta là phải luôn giữ cho các từ đủ lớn và đậm để trẻ có thể luôn nhìn thấy chúng một cách dễ dàng.

Ở giai đoạn này, trẻ bắt đầu sử dụng âm thanh để nói chuyện với chúng ta. Tuy nhiên, chúng ta sẽ phải mất nhiều tháng để có thể giải mã được các âm thanh đó. Tuy nhiên, đối với người lớn, trẻ sơ sinh không biết nói.

Trẻ rất nhạy bén trong việc tiếp nhận thông tin, tuy nhiên chúng vẫn đủ phát triển để phản hồi lại thông tin theo cách mà người khác có thể hiểu được.

Vì vậy, chắc chắn sẽ có người hỏi bạn làm thế nào bạn có thể dạy trẻ đọc trong khi chúng chưa biết nói. *Người ta đọc thông qua con đường thị giác (hình ảnh), chứ không phải là bằng miệng (âm thanh).* Đọc là một quá trình của việc tiếp nhận ngôn ngữ ở dạng viết. Nói là quá trình truyền tải ngôn ngữ ở dạng âm thanh (miệng).

Giống như nghe, đọc là một khả năng thuộc về cảm giác. Giống như viết, nói là lĩnh vực thuộc về năng lực vận động. Nói và viết đòi hỏi các kỹ năng vận động mà trẻ sơ sinh không có.

Việc con bạn còn quá nhỏ để có thể nói được và con bạn không thể phản hồi những thông tin mà nó đọc được không thể phủ nhận một thực tế rằng bạn đang nâng cao và làm giàu ngôn ngữ của con bạn bằng cách dạy con học đọc.

Trên thực tế, dạy trẻ học đọc sẽ giúp đẩy nhanh khả năng nói và vốn từ của trẻ. Nên nhớ rằng, ngôn ngữ là ngôn ngữ, bất kể nó được truyền tải đến não bộ thông qua đôi mắt hay đôi tai.

Tại Viện Nghiên cứu và Phát triển Tiềm năng Con người, chúng tôi sử dụng phương pháp đọc như là một trong những cách để dạy những đứa trẻ bị chấn thương sọ não học nói.

Đọc to là một việc làm ngoài khả năng của một đứa trẻ 4 tháng tuổi. Đó cũng là lợi thế của chúng vì không ai có ý định buộc chúng phải làm như vậy. Trẻ có thể đọc khi bạn và tôi đang đọc – một cách âm thầm, nhanh và hiệu quả.

Ở độ tuổi này trẻ như một kẻ thèm khát thông tin. Chúng có thể đòi hỏi lượng thông tin nhiều hơn những gì chúng ta cung cấp cho chúng. Khi bắt đầu chương trình học đọc của mình, bạn sẽ nhận ra rằng sau mỗi "buổi học", trẻ thường có nhu cầu đòi hỏi nhiều hơn nữa. Tuy nhiên, hãy từ bỏ ý định lặp lại các từ hoặc đưa một nhóm từ khác cho trẻ. Có thể trẻ sẽ vui mừng khi nhìn thấy nhóm 4 đến 5 từ và sẽ còn muốn nhiều hơn thế nữa.

Trên thực tế, bạn có thể giới thiệu lần lượt hết cụm từ này đến cụm từ khác cho trẻ 3 – 4 tháng tuổi quan sát sau đó không lặp lại chúng trong vài tháng, nhưng bạn cũng nên chuẩn bị tinh thần để thay đổi vì bạn sẽ cần phải làm như vậy.

Bạn nên nhớ rằng, trẻ là những thiên tài về ngôn ngữ, vì vậy hãy chuẩn bị sẵn sàng cung cấp cho chúng thật nhiều các từ đơn lẻ.

BẮT ĐẦU VỚI TRẺ TỪ 7 ĐẾN 12 THÁNG TUỔI

Nếu bạn bắt đầu chương trình của mình khi con bạn từ 7 đến 12 tháng tuổi, hai điều quan trọng nhất mà bạn luôn phải ghi nhớ là:

1. Các bài học phải rất ngắn.

2. Thường xuyên có các bài học.

Như chúng tôi đã nói, một đứa trẻ 4 tháng tuổi đôi khi muốn học liên tục nhiều từ và cụm từ trong một lần học. Tuy nhiên, cách học đó thực sự là một thảm họa đối với trẻ từ 7 đến 8 tháng tuổi.

Hãy chỉ sử dụng một cụm từ gồm năm từ trong mỗi bài học ngắn, sau đó hãy bỏ nó sang một bên.

Lý do thật đơn giản, đó là vì tính hiếu động của con bạn ngày càng phát triển. Khi con bạn mới chỉ 3 tháng tuổi, nó tỏ ra rất ngoan ngoãn. Nó đang quan sát. Nó quan sát các từ của nó một cách cẩn thận trong thời gian dài. Chúng ta, những bậc cha mẹ, cảm thấy hạnh phúc vì điều đó; vì vậy chúng ta bị đẩy vào thói quen là đưa ra cho chúng tất cả các từ trong một lần học. Chúng ta quen với cách làm đó vì điều này rất đơn giản. Tuy nhiên, mỗi ngày trôi qua thì con bạn cũng biến đổi. Chúng ngày càng trở nên hiếu động. Ngay sau khi chúng có thể bò được trên đôi tay và đầu gối của mình, một thế giới khác như mở ra trước mắt chúng. Chúng có thể di chuyển và chúng thèm được khám phá. Người bạn bé bỏng ngoan ngoãn, từng phản ứng một cách thích thú mỗi khi được nhìn thấy 50 từ, giờ đã không còn ngoan ngoãn chút nào nữa. Chúng không có thời gian cho những bài học đọc của bạn nữa. Chúng ta cảm thấy thất vọng và mất hết động lực. Có lẽ chúng không muốn học nữa. Chẳng lẽ chúng ta đã làm sai điều gì chăng?

Trẻ cũng cần phải thay đổi. Chúng đang có một khoảng thời gian học đọc thật là tuyệt vời và những từ ngữ đột nhiên biến mất. Không phải là chúng không thích học đọc nữa, mà bởi vì lịch làm việc của chúng ngày càng trở nên bận rộn hơn mà thôi. Giờ thì chúng có cả một tòa nhà để mà khám phá. Tất cả các cánh cửa tủ bếp cần phải được mở ra rồi đóng vào, rất nhiều phích cắm điện cần phải được nghiên cứu kỹ lưỡng, mọi cái lông bung ra từ tấm thảm dưới sàn cần phải được nhặt lên và ăn hết trước khi trời tối... Bạn phải thừa nhận rằng, trẻ rất thích thú khi tìm kiếm và đập vỡ những cái bát của chính mình. Chúng vẫn thích được khám phá việc học đọc, tuy nhiên chúng không có đủ thời gian để học 50 từ một lúc. Năm từ sẽ là tốt hơn rất rất nhiều.

Nếu chúng ta dạy chúng những bài học ngắn, chúng sẽ nhanh chóng tiếp thu những từ mới. Điều đó chỉ xảy ra khi chúng ta làm cho chúng bị lỡ điểm hẹn tiếp theo bằng cách chúng ta chủ động câu dầm trước khi chúng bỏ rơi chúng ta bơ vơ giữa phòng khách.

Người lớn chúng ta muốn tìm kiếm một chương trình thuận tiện và trung thành với chương trình đó cho dù là thế nào đi nữa. Trẻ con thì hiếu động – chúng không bao giờ ngừng thay đổi. Giống như chúng ta thiết lập một lộ trình, con bạn bước tới một mức cao hơn và chúng ta thấy rằng chúng ta cũng cần phải thay đổi nếu không sẽ bị bỏ lại phía sau.

Chính vì vậy bạn phải luôn có các bài học chớp nhoáng; sau đó, khi sự hiếu động của trẻ được nâng lên, bạn sẽ quen với việc đưa ra các bài học nhanh, phù hợp với "lịch làm việc" của chúng và cũng là phù hợp hơn với độ tuổi của chúng.

BẮT ĐẦU VỚI TRẺ TỪ 12 ĐẾN 18 THÁNG TUỔI

Nếu chúng ta bắt đầu chương trình học đọc của con bạn khi con bạn ở độ tuổi này thì bạn nên nhớ hai điều:

1. Các bài học phải rất rất ngắn.

2. Hãy dừng lại trước khi trẻ muốn dừng lại.

Trong chương trình học đọc, bạn sẽ chú trọng *bước đầu tiên* và *bước thứ hai* (Chương 7). Nếu bạn bắt đầu chương trình học đọc của mình khi con bạn đang ở độ tuổi phát triển đặc biệt này thì sự thay đổi cần thiết nhất đó là các bài học phải rất rất ngắn.

Điều đó quan trọng như vậy là vì lúc đó sự phát triển tính hiếu động của trẻ là cực kỳ quan trọng.

Khi 12 tháng tuổi, trẻ hoặc có thể đã biết đi, hoặc bắt đầu trong quá trình tập đi, chen vào giữa mọi người, đồ đạc trong khi chúng ta nắm tay dắt chúng đi những bước đi đầu tiên. Khi trẻ 18 tháng tuổi, nó sẽ không chỉ đi vững mà còn bắt đầu biết chạy. Đó thực sự là một kỳ tích trong vòng sáu tháng ngắn ngủi. Để có thể đạt được kết quả tuyệt vời như vậy, trẻ phải rất táo bạo cũng như phải đầu tư một lượng không nhỏ thời gian và công sức.

Không có bất cứ thời điểm nào trong cuộc đời mà sự vận động thể chất của bé lại đóng vai trò quan trọng như thời điểm này. Bạn sẽ nhận ra rằng nếu bạn làm theo con bạn, đơn giản chỉ là mỗi hành động con bạn thực hiện trong ngày, chắc chắn bạn sẽ cảm thấy mệt nhoài chỉ sau đúng một giờ đồng hồ. Điều này đã được kiểm chứng.

Không một người trưởng thành nào có đủ khả năng về thể chất để vận động nhiều như một đứa trẻ bình thường từ 12 đến 18 tháng tuổi làm được trong một ngày.

Những hoạt động thể chất này đóng vai trò rất quan trọng cho sự phát triển của trẻ nhỏ. Trong giai đoạn này, chúng ta phải đặc biệt khôn khéo trong việc thay đổi chương trình học đọc sao cho phù hợp với những hoạt động thể chất có cường độ lớn của chúng. Tại thời điểm này, sử dụng một nhóm gồm năm từ cho mỗi lần sẽ là phù hợp nhất. Tuy nhiên, trong giai đoạn này, đôi khi chúng ta có thể sẽ cần phải giảm xuống còn ba hoặc hai, thậm chí là một từ cho mỗi lần dạy bé học.

Không có một nguyên tắc dạy đọc nào hữu hiệu bằng việc bạn luôn dừng lại trước khi con bạn muốn điều đó xảy ra.

Luôn dừng trước khi *con bạn* muốn dừng lại.

Luôn dừng *trước khi* con bạn muốn dừng lại.

Luôn dừng trước khi con bạn muốn dừng lại.

Nguyên tắc này là đúng đối với tất cả mọi người ở mọi giai đoạn phát triển và trong mọi độ tuổi.

Tuy nhiên, nó đặc biệt đúng đối với trẻ từ 12 đến 18 tháng tuổi.

Chúng cần một "thời gian biểu" tần suất cao và thời gian của chúng dành cho mỗi việc là rất ngắn. Một thời gian biểu bao gồm nhiều việc ngắn gọn sẽ phù hợp với trẻ hơn. Thực tế là chúng rất cần những giây phút nghỉ ngơi ngắn ngủi và quý giá này.

Chúng thích thú với cả chương trình học đọc của bạn từ *bước đầu tiên* với một từ đơn lẻ cho đến *bước thứ năm* với một cuốn sách nhưng chúng chỉ tập trung vào *bước đầu tiên* và *bước thứ hai* do chúng là "những con người bận rộn" và không có nhiều thời gian để dừng lại ở một nơi nào đó quá lâu.

Các buổi học ngắn và thú vị sẽ là sự lựa chọn tốt nhất cho trẻ.

BẮT ĐẦU VỚI TRẺ TỪ 18 ĐẾN 30 THÁNG TUỔI

Bất cứ một sự mới mẻ hoặc khác biệt nào đối với trẻ từ mười tám đến 30 tháng tuổi sẽ đều là một thử thách đối với chúng. Tất nhiên, chúng rất có năng lực và sẽ nhanh chóng vượt qua *bước đầu tiên* và *bước thứ năm* một khi chúng ta có một chương trình dạy đọc nhất quán. Ba điều quan trọng cần phải nhớ khi bạn dạy đọc cho người bạn nhỏ ở độ tuổi này là:

1. Chọn những từ chúng thích nhất.

2. Từng bước khởi động chương trình học đọc.

3. Chuyển từ các từ ngữ và nhóm từ đơn lẻ lên thành các câu thành ngữ càng nhanh càng tốt.

Chúng phát triển theo từng ngày và xây dựng cách suy nghĩ của riêng mình. Chúng bắt đầu hình thành sở thích và sở ghét. Một cậu bé 18 tháng tuổi không còn là một trí thức thuần khiết như một đứa trẻ sơ sinh ba tháng tuổi.

Nếu chúng ta bắt đầu chương trình dạy đọc bằng phương pháp kích thích thị giác với một cậu bé 18 tháng tuổi thì điều đầu tiên chúng ta phải ghi nhớ là chúng đã là một chuyên gia ngôn ngữ về khía cạnh âm thanh. Mặc dù cậu bé đã bi bô trong nhiều tháng nay, nhưng chỉ lúc này chúng ta mới có thể hiểu được những âm thanh của chúng là những ngôn từ. Không có gì ngạc nhiên khi chúng nhận ra rằng cuối cùng thì mọi người cũng hiểu được những gì chúng nói và chúng có rất nhiều điều để nói, cũng như có rất nhiều yêu sách đối với người lớn.

Một điều quan trọng bạn luôn phải ghi nhớ là nếu một ý tưởng nào đó là ý tưởng của chúng thì đó là một ý tưởng tuyệt vời; còn nếu ý tưởng đó xuất phát từ một nơi khác thì có thể sẽ không nhận được sự tán đồng của chúng.

Không một ai có thể chiếm lĩnh vị trí trung tâm nhanh chóng và tự tin như những người bạn trẻ này. Đây là niềm tự hào của chúng và bạn luôn phải nhớ điều này.

Hãy quan sát môi trường của chúng. Quan sát những gì chúng yêu thích. Đó là những thứ chúng muốn được nhìn thấy khi học đọc. Chúng hoàn toàn không còn thích thú với những ngón chân và ngón tay của chúng nữa. Thay vào đó, chúng sẽ muốn các từ vựng của chúng phải phản ánh được các thứ "lớn lao" hơn như thức ăn, hành động, thậm chí là cảm xúc. Bạn có thể dạy tính từ và trạng từ cho con bạn. Vì vậy, điều đầu tiên bạn cần phải nhớ là *chọn các từ ngữ thật cẩn thận*. Hãy tìm những từ con bạn thích và vứt bỏ những từ con bạn không cảm thấy thích thú.

Điều thứ hai bạn cần phải nhớ là, với những người bạn nhỏ này, bạn không thể đi từ con số không đến một chương trình dạy đọc toàn diện chỉ trong một ngày.

Thay vì bắt đầu với ba nhóm năm từ giống như đã đề cập đến trong Chương 7, chúng ta chỉ nên bắt đầu với một nhóm gồm năm từ. Điều này có thể sẽ làm chúng không vui, vì vậy bạn nên dỗ dành chúng một chút.

Chúng sẽ thích những từ đó một khi chúng quyết định đó là *ý tưởng* và *những từ của chúng,* tuy nhiên ban đầu đó là những từ của bạn và chúng không biết những từ ấy.

Hãy cho chúng quan sát nhóm gồm năm từ đó thật nhanh rồi bỏ các từ đó sang một bên. Sau đó trở lại vào một thời điểm thích hợp. Vài ngày sau, bạn đưa thêm một nhóm năm từ khác hoặc nhiều hơn. Khi sự quan tâm của chúng tăng lên, cùng với thời gian, bạn hãy cho chúng quan sát các nhóm năm từ khác nhau.

Tốt nhất là bạn nên bỏ "đói" chúng một chút để chúng đòi hỏi ở bạn nhiều hơn. Trong quá trình dạy đọc, bạn nên hỏi con bạn xem từ nào chúng thích và hãy chiều theo ý thích của chúng.

Ngay sau khi đã cho con bạn học đủ các từ và nhóm từ để có thể tạo được các câu thành ngữ, bạn hãy cho con bạn học những câu thành ngữ đó. Chúng sẽ thích những câu đó, vì vậy bạn không cần phải đợi đến khi bạn đã cho chúng học hàng ngàn từ đơn lẻ. Chúng không còn là một đứa trẻ sơ sinh. Chúng sẽ thích những câu hơn là những từ đơn lẻ, vì vậy hãy cho chúng học càng sớm càng tốt.

Chúng sẽ rất thích thú để bắt đầu *bước thứ ba* hoặc các bước cao hơn nữa trong cuốn "giáo trình học đọc" của bạn ngay sau khi bạn chọn những từ đã được sử dụng trong *bước đầu tiên* và những nhóm từ đã sử dụng trong *bước thứ hai,* và bạn bắt đầu *bước đầu tiên* đó theo sự tiến hóa, phát triển thay vì mang tính cách mạng.

Một đứa trẻ 18 đến 30 tháng tuổi sẽ đọc to những từ chúng được học. Như mọi người biết, một đứa trẻ 2 tuổi sẽ làm một cách chính xác những gì chúng thích nhất. Nếu chúng thích được gào to lên những từ chúng học thì chúng sẽ làm như vậy. Nếu chúng không muốn đọc những từ đó, chúng sẽ không đọc. Nói tóm lại, bạn nên dạy con bạn cho dù chúng đang ở bất kỳ độ tuổi nào và phải nhìn nhận được rằng chúng có quyền thể hiện sự hiểu biết theo cách riêng của chúng – hoặc là sẽ không gì cả.

BẮT ĐẦU VỚI TRẺ TỪ 30 ĐẾN 48 THÁNG TUỔI

Trẻ ở độ tuổi này hoặc lớn hơn thường muốn thực hiện ngay bước cuối cùng (*bước thứ năm*) của Chương trình Học đọc.

Tuy nhiên, trẻ sẽ cần phải đi theo các bước đi, bắt đầu từ bước đầu tiên để có thể đi sâu vào sở thích của chúng – *bước thứ năm*. Chúng sẽ muốn đọc sách, và càng nhanh càng tốt, nhưng chúng sẽ cần nhiều thời gian hơn một chút để học các từ đơn lẻ so với trẻ 12 tháng tuổi.

Ba điều quan trọng bạn nên ghi nhớ là:

1. Trẻ muốn đọc những từ phức tạp

2. Chúng không thể học các từ đơn lẻ nhanh bằng trẻ 12 tháng tuổi.

3. Chúng muốn đọc sách, càng nhiều sách càng tốt.

Ở độ tuổi 40 tháng tuổi, trẻ khác hoàn toàn so với trẻ 12 tháng tuổi. Lúc này con bạn đã là một cậu nhóc hoặc một cô bé rồi.

Ở độ tuổi này, con bạn sẽ không đòi bằng được vị trí trung tâm ở mọi thời điểm giống như cách đây một năm. Tuy nhiên, tính cách của con bạn đang được hình thành một cách nhanh chóng, cũng như sở thích và sở ghét.

Con bạn phải giúp bạn thiết kế xây dựng chương trình học đọc. Nến bạn nhận thức được điều này, chương

trình của bạn sẽ rất suôn sẻ ngay từ những bước đi đầu
tiên. Thay vì sử dụng các bộ phận trên cơ thể, bạn hãy
bắt đầu với những lĩnh vực mà thu hút được sự quan tâm
của con bạn nhất. Nếu con bạn thích xe hơi, bạn hãy bắt
đầu chương trình học đọc với những từ liên quan đến
xe hơi. Đối với tôi và bạn, đây có thể là một cách tinh
tế, tuy nhiên nó có nghĩa là chúng ta bắt đầu bằng phần
ngôn ngữ của trẻ mà chúng thích thú nhất. Chúng còn
cả một đời người để học những từ đơn giản như *con mèo*
hay *cái mũ*. Đừng ngại sử dụng những từ gắn liền với
các bộ phận của cơ thể ngoại trừ những từ như sọ đầu
lâu, xương đòn, xương cánh tay. Điều này sẽ kích thích
chúng vì những từ này có thể giúp trẻ mở rộng vốn từ
của mình.

Bạn nên nhớ rằng, chúng không còn là những đứa trẻ
12 tháng tuổi nữa. Chúng không thể học những từ đơn
lẻ nhanh như những đứa trẻ 12 tháng tuổi. Bạn cần phải
dùng lại những từ bạn đã sử dụng trước đó để giúp con
bạn đọc tốt hơn.

Điều đó không có nghĩa là bạn nên tỏ ra là một người
thầy "keo kiệt". Chúng vẫn có thể học với tốc độ đáng
ngạc nhiên, chẳng qua là không thể nhanh bằng tốc độ
học của một đứa trẻ một tuổi thôi.

Bạn nên chuyển sang sử dụng các cụm từ, câu thành
ngữ hay sách để dạy cho con bạn ở độ tuổi này nhanh
hơn nhiều so với một đứa trẻ một tuổi. Một lần nữa,

một đứa trẻ ít tuổi hơn sẽ tiếp nhận những thông tin thô nhanh hơn và lưu giữ nó một cách ổn định hơn mà không cần nhiều sự cố gắng. Cụm từ, câu thành ngữ và sách là những phương pháp phù hợp nhất để ôn lại từ vựng theo cách mới, thú vị và hữu ích đối với một đứa trẻ từ ba mươi đến bốn tám tháng tuổi.

Thậm chí chỉ cần với một lần học, con bạn có thể nghĩ rằng con bạn đã biết từ đó, đơn giản là bởi vì con bạn nhận ra rằng nó đã nhìn thấy từ đó trước đây. Tuy nhiên, thực sự là chúng cần thời gian để khám phá những từ đó nhiều hơn nữa trước khi có thể làm chủ chúng.

Bạn có thể sử dụng lại những từ bạn đã dạy trước đó nếu cùng lúc đó bạn đưa ra được những từ mới cho con bạn học. Nếu con bạn biết rằng chúng được học những từ mới hàng ngày thì chúng sẽ cảm thấy rất thích thú khi được nhìn thấy những từ hôm trước đó, và thậm trí là những từ trước đó hai ngày.

Xin được nhắc lại một lần nữa, chìa khóa để thành công là hãy cho trẻ học những cụm từ, câu, sách càng nhanh càng tốt. Điều này sẽ tạo ra sự khác biệt cho chúng. Nếu bạn lúc nào cũng chỉ sử dụng những từ đơn lẻ, bạn sẽ làm hại con bạn. Chúng muốn được *thực sự sử dụng* những từ đơn lẻ của chúng càng nhanh càng tốt.

Chúng thích *bước thứ năm* nhưng chúng cần phải thực hành thật nhiều là *bước thứ ba* và *bước thứ tư* để đảm bảo chắc chắn rằng *bước đầu tiên* và *bước thứ hai* của chúng đã được củng cố.

BẮT ĐẦU VỚI CÁC CÔ BÉ, CẬU BÉ (TỪ 48 THÁNG ĐẾN 72 THÁNG TUỔI)

Mọi thứ quan trọng đối với trẻ từ 30 đến 48 tháng tuổi thì càng trở nên quan trọng đối với trẻ có độ tuổi từ 48 đến 72 tháng tuổi.

Chúng ta hãy tóm tắt lại:

1. Có thể chúng không tiếp nhận những từ đơn lẻ nhanh bằng một đứa trẻ 12 tháng tuổi.

2. Chúng không lưu giữ (nhớ) được những từ đơn lẻ một cách dễ dàng giống như những đứa trẻ 12 tháng tuổi.

3. Chúng sẽ có những sở thích và sở ghét đã được phát triển một cách mạnh mẽ.

4. Chúng cần có những cụm từ, câu thành ngữ và sách để củng cố lại những từ đơn lẻ chúng đã được học.

5. Hãy để chúng là nhà thiết kế của chương trình học đọc bằng cách cho phép chúng lựa chọn những từ vựng chúng thích học.

Tại thời điểm này, các bà mẹ thường nhìn con mình một cách đăm chiêu và nói: "Này con yêu, mẹ nghĩ là con đã già rồi".

Thực ra thì không phải như vậy.

Vâng, so với một đứa trẻ 6 tháng tuổi thì một đứa trẻ 2 tuổi thực sự đã già rồi. Trẻ 4 tuổi rõ ràng là nghịch ngợm hơn trẻ 8 tuổi, thậm chí là hơn cả trẻ 6 tuổi, vì vậy bạn không cần phải lo lắng mà hãy làm quen với điều đó.

Đứa con 4 tuổi của bạn hứa hẹn sẽ nhận được rất nhiều mà không có gì phải mất cả. Một lần nữa chúng ta bắt đầu từ những sở thích của trẻ. Nếu chúng thích được nghịch với các đồ dùng, dụng cụ, bạn hãy xuống tầng hầm và lôi tất cả mọi thứ ra xem chúng là những cái gì. Sau đó bắt đầu dạy con bạn những từ đơn lẻ gắn với mọi đồ dùng có trong nhà. Bạn hãy cố gắng tìm những từ gần nghĩa và đồng nghĩa để dạy cho trẻ.

Khi đó, bạn có thể dạy con bạn từ "béo" và sau đó thiết lập một nhóm từ có nghĩa gần với từ "béo" – to béo, đẫy đà, mập mạp, béo phì hoặc phục phịch. Điều này sẽ rất thích hợp với trẻ.

Có hàng trăm ngàn từ tiếng Việt để bạn lựa chọn. Bạn sẽ không khó khăn gì để chọn ra hàng trăm, hàng trăm từ mà con bạn thích.

Xin nhắc lại một lần nữa, bạn đừng "ngủ quên" với từ *con mèo* hay *cái mũ*. Hãy bắt đầu với những từ phức tạp và luôn sử dụng những từ phức tạp. Một khi con bạn hòa nhập được với chương trình học đọc của bạn thì hàng ngày chúng sẽ tiếp nhận được những từ chúng thích một cách rất dễ dàng. Bạn sẽ dễ dàng dạy con bạn những từ vựng đời sống hàng ngày và có thể làm điều đó ngay khi bạn vừa bước chân vào tới cửa. Điều quan trọng là bạn phải bắt đầu trong "thế giới" của con bạn để chúng đồng ý chơi trò "học đọc" cùng bạn.

Nếu bạn đã dạy con bạn số từ đủ để viết một cuốn sách nhỏ thì bạn hãy viết cuốn sách đó. Bạn không cần phải đợi đến khi bạn đã dạy con bạn được hàng trăm từ đơn lẻ. Có thể bạn sẽ phải viết hàng chục, hàng chục cuốn sách cỡ chữ lớn. Đó sẽ chỉ là một sự đầu tư rất nhỏ về thời gian và công sức so với sự thích thú của chúng khi ngấu nghiến đọc cuốn sách đầu tiên.

Chúng tôi biết rất nhiều đứa trẻ 6 tuổi đã có thể đọc vanh vách những cuốn sách dành cho học sinh lớp Bốn ở thư viện gần nhà của chúng, trong khi chúng chỉ bắt đầu học đọc khi chúng đã "già" ở độ tuổi 48 tháng tuổi.

Tại thời điểm này, các bà mẹ thường rất muốn con mình đọc càng to càng tốt.

Đọc to là một việc các trường tiểu học và mẫu giáo yêu cầu học sinh của mình phải làm để chứng minh một điều là chúng biết đọc.

Trên thực tế, đọc to có thể tác động tiêu cực đến thậm chí là những người đọc giỏi. Khi tốc độ đọc giảm thì mức độ đọc hiểu cũng sẽ giảm đi. Khi mức độ hiểu giảm đi thì cũng là lúc người đọc không còn cảm thấy thích thú nữa. Nếu chúng ta yêu cầu một người lớn đọc to trang nhất của một tờ báo sáng, khi đọc xong anh ta sẽ nhận ra rằng anh ta cần đọc lại trang báo đó để xem tờ báo đó viết về vấn đề gì.

Đối với các bạn và tôi thì đọc to chẳng có gì là thú vị cả. Đây thực sự là một ý tưởng tồi vì những đứa trẻ này đang phải nỗ lực để học đọc ở độ tuổi từ sáu đến bảy tuổi, một độ tuổi không thể dễ dàng làm được điều đó giống như khi chúng còn nhỏ hơn.

Thậm chí với những đứa trẻ nhiều tuổi hơn, việc đòi hỏi chúng phải đọc to sẽ làm giảm khả năng đọc của chúng một cách đáng kể. *Bạn nên nhớ rằng, khi tốc độ đọc giảm thì mức độ đọc hiểu cũng sẽ giảm đi nhanh chóng.* Vì vậy, bất cứ điều gì ảnh hưởng tới tốc độ đọc cũng đều tác động tiêu cực đến mức độ đọc hiểu. Những đứa trẻ được học đọc sớm thường là những người có khả năng đọc nhanh.

Xin được nhắc lại, vấn đề cốt lõi ở đây rất đơn giản: người ta dùng mắt và thông qua con đường hình ảnh để đọc chứ không phải là thông qua miệng và lời nói. Nếu con bạn muốn đọc để cho bạn nghe thì điều đó là rất tốt. Nếu không phải là như vậy thì hãy để chúng đọc thầm. Bằng cách này chúng sẽ đọc nhanh hơn và hiệu quả hơn.

Như vậy, chúng ta đã tìm hiểu những yếu tố cơ bản nhất của việc dạy học đọc hiệu quả, các bước dạy trẻ đọc và cách bắt đầu với trẻ ở mỗi lứa tuổi khác nhau.

KIỂM TRA, THỬ NGHIỆM

Chúng ta đã nói nhiều về dạy đọc nhưng hoàn toàn chưa nhắc gì đến việc kiểm tra.

Chúng tôi chân thành khuyên các bạn là không nên kiểm tra con bạn. Trẻ thích học nhưng không thích phải làm bài kiểm tra. Về vấn đề này thì chúng rất giống người lớn. Kiểm tra là mặt đối nghịch của việc học. Kiểm tra tạo ra nhiều căng thẳng.

Dạy trẻ là tặng cho trẻ những món quá ý nghĩa.

Kiểm tra trẻ đồng nghĩa với việc yêu cầu chúng phải trả tiền trước cho những món quà đó.

Bạn kiểm tra trẻ càng nhiều, trẻ càng học kém và càng không muốn học.

Bạn kiểm tra trẻ càng ít, trẻ học càng nhanh và càng muốn được học.

Hiểu biết là món quà quý giá nhất bạn có thể dành tặng cho con bạn. Hãy hào phóng với con bạn như là bạn cho chúng ăn hàng ngày vậy.

Như thế nào thì được gọi là kiểm tra?

Như thế nào thì được gọi là kiểm tra? Về bản chất thì đó là việc bạn tìm hiểu điều gì con bạn chưa biết. Đó là đưa con bạn vào những tình huống khó xử bằng cách cầm thẻ chữ lên tay và nói "đây là cái gì?" hoặc "hãy đọc to bài viết này cho ba của con nghe nào". Đối với trẻ, điều đó sẽ hoàn toàn thiếu tôn trọng vì như vậy sẽ làm chúng nghĩ rằng chúng ta không tin chúng biết đọc ngoại trừ việc cứ phải chứng minh đi, chứng minh lại điều đó.

Kiểm tra trẻ là một ý tưởng không hay chút nào vì nó sẽ phơi bày ra những gì trẻ không biết.

Có lần Winston Churchill[1] đã viết lại những trải nghiệm của bản thân khi còn ngồi trên ghế nhà trường như sau:

"Đối với tôi, những bài kiểm tra thực sự là những phiên tòa căng thẳng. Những môn học mà các thầy hay cho kiểm tra nhất hầu hết là những môn tôi ghét nhất. Tôi muốn người ta hỏi tôi những gì tôi biết. Tuy nhiên họ luôn cố gắng để hỏi những gì tôi không biết. Khi tôi sẵn sàng để thể hiện sự hiểu biết của mình thì họ lại tìm cách để vạch trần sự thiếu hiểu biết của tôi. Cách làm này chỉ mang lại một kết quả duy nhất là: Tôi làm bài kiểm tra rất tệ".

Như chúng tôi đã nói, các bài kiểm tra chỉ làm cho khả năng học cũng như tính sẵn sàng học của trẻ giảm đi mà thôi.

Đừng bao giờ kiểm tra con bạn cũng như đừng để ai làm điều đó với con bạn.

---

1. Winston Churchill (1874-1965): Thủ tướng Anh trong thời kỳ Chiến tranh Thế giới thứ hai (1939-1945).

Các cơ hội để giải quyết vấn đề

Vậy các bà mẹ sẽ làm gì? Các mà mẹ không muốn kiểm tra con mình, họ muốn dạy con của họ và tạo ra các cơ hội trải nghiệm sự thú vị của việc học và hoàn thành việc học.

Vì vậy, thay vì kiểm tra trẻ, bạn hãy mang lại cho trẻ những cơ hội để giải quyết các vấn đề.

Mục tiêu của việc tạo ra các cơ hội giải quyết vấn đề là để trẻ có điều kiện thể hiện hết những gì chúng biết nếu chúng muốn làm như vậy.

Điều này là hoàn toàn trái ngược với các bài kiểm tra. Một cơ hội giải quyết vấn đề đơn giản cũng có thể chỉ là sử dụng hai trong số những tấm bìa mà chúng thích. Hãy nói với con bạn rằng bạn chọn *táo* và *chuối*, sau đó hãy hỏi *"Đâu là chuối?"*. Đây là một cơ hội tốt để trẻ có thể quan sát và chạm tay vào các tấm bìa nếu chúng muốn làm như vậy. Nếu con bạn nhìn vào tấm bìa *chuối* và chạm tay vào nó, tự nhiên bạn sẽ thét lên vì hạnh phúc. Nếu con bạn nhìn vào tấm bìa *táo*, bạn chỉ cần nói "đây là *táo*, còn đây mới là *chuối*". Bạn sẽ thấy hạnh phúc, đầy hăng hái và thoải mái. Nếu con bạn không phản ứng lại trước câu hỏi của bạn, hãy đưa tấm bìa *chuối* lại gần con bạn một chút và nói "đây là *chuối*, con ạ" theo một cách nhẹ nhàng và nhiệt tình nhất. Như vậy là đã kết thúc một cơ hội. Bất kể con bạn phản ứng như thế nào thì đó cũng là một thành công của con và của chính bạn. Do đó, nếu bạn luôn tỏ ra vui vẻ và thoải mái thì con bạn sẽ thích chơi trò *học chữ* với bạn.

Nếu con bạn mới chỉ 2 tuổi, bạn vẫn có thể sử dụng hai tấm bìa đó nhưng lại đưa ra câu hỏi khác: "Sáng nay con ăn bánh bột ngô nướng với cái gì?".

Cơ hội giải quyết vấn đề sẽ được dành cho đứa con ba tuổi của bạn với câu hỏi "Quả gì vừa dài, vừa ngọt lại có màu vàng?".

Với trẻ bốn tuổi, bạn có thể hỏi "quả nào được trồng ở Braxin" và với trẻ 5 tuổi sẽ là "quả nào chứa nhiều chất khoáng kali hơn?".

Hai từ rất đơn giản nhưng có tới năm cách đặt vấn đề khác nhau phù hợp với hiểu biết và sở thích của từng trẻ.

Một câu hỏi hay là câu hỏi luôn tạo ra cơ hội giải quyết vấn đề.

Đó là những câu hỏi khác hoàn toàn với các câu hỏi tẻ nhạt và ngốc nghếch như "Cái này gọi là gì?".

Các bà mẹ tạo ra rất nhiều trò chơi hay để cung cấp cho trẻ những cơ hội sử dụng hiểu biết của mình một cách thích thú nhất. Hãy tạo ra các trò chơi để mẹ và con cùng tận hưởng từng giây phút khi chơi các trò chơi đó.

Tạo ra các cơ hội là một cách nhẹ nhàng để trẻ thể hiện sự thành công của mình trong việc học đọc cũng như để bạn góp phần vào sự thành công đó. Nếu cả bạn và con bạn thực sự vui vẻ với những cơ hội, bạn không nên lạm dụng mà chỉ nên sử dụng các cơ hội. Đừng dùng chúng quá nhiều bất kể là nó thú vị đến mức nào.

Nếu bạn muốn đưa ra hai từ để con bạn lựa chọn, thì đừng làm điều đó nhiều hơn một lần trong một tuần. Hãy cố gắng giữ các buổi học sao cho thật ngắn. Đừng tạo ra nhiều hơn một cơ hội giải quyết vấn đề trong mỗi lần học.

Một số trẻ thích chơi trò chọn chữ miễn rằng chúng ta không sử dụng trò chơi này quá nhiều. Một số đứa trẻ khác lại không thích trò này. Chúng sẽ làm tất cả có thể để không phải chơi trò này bằng cách không phản ứng gì hoặc luôn cố tình chọn sai. Cho dù là thế nào thì với trường hợp này bạn nên bỏ trò sang một bên.

Nếu vì một lý do nào đó mà bạn hoặc con bạn không thích thú với các cơ hội giải quyết vấn đề thì nên dừng lại.

Các cơ hội để phản hồi là dành cho bạn nhiều hơn cho con bạn. Điều làm con bạn thích thú nhất là học những từ mới và không quay lại với những từ cũ mà chúng đã biết.

TÓM TẮT

Một khi bạn bắt đầu dạy con bạn học đọc, chắc chắn sẽ xảy ra một trong hai điều sau:

1. Bạn sẽ thấy mọi thứ diễn ra thật tuyệt và ngày càng cảm thấy mình nhiệt tình hơn trong việc học cách để dạy trẻ đọc.

2. Sẽ xuất hiện các câu hỏi trong đầu bạn và một số vấn đề sẽ nảy sinh.

Cách giải quyết các vấn đề gặp phải

Nếu gặp vấn đề nào mà không thể giải quyết hoặc có điều gì khó hiểu, bạn hãy:

1. Đọc kỹ Chương 7 và Chương 8. Hầu hết các câu hỏi liên quan đến vấn đề kỹ thuật đều được bàn ở hai chương này. Bạn sẽ tìm lại được điều mà bạn đã bỏ qua khi đọc lần đầu và có thể sẽ dễ dàng giải quyết được vấn đề. Nếu không giải quyết được, hãy làm theo bước thứ hai sau đây.

2. Đọc kỹ cuốn sách này. Hầu hết các câu hỏi phức tạp về vấn đề dạy trẻ học đọc đều được đề cập trong cuốn sách này. Sau mỗi lần đọc cuốn sách này, bạn sẽ hiểu cuốn sách hơn do bạn đã có nhiều kinh nghiệm trong việc dạy trẻ học đọc hơn. Nếu vẫn chưa thể giải quyết được, bạn hãy chuyển sang bước thứ ba.

3. Những thầy giáo giỏi là những thầy giáo được ngủ đầy đủ. Hãy ngủ nhiều hơn. Hầu hết các bà mẹ, đặc biệt là các bà mẹ của những trẻ nhỏ, ít khi được ngủ đủ giấc. Hãy nhẩm tính một cách trung thực xem mỗi ngày bạn ngủ nhiều hay ít. Nếu những điều này vẫn chưa thể giúp bạn giải quyết vấn đề thì bạn nên chuyển sang bước thứ tư.

4. Tìm mua đoạn phim *"dạy con bạn học đọc như thế nào"* của Glenn Doman. Thông tin về đoạn phim được đăng ở sau cuốn sách này. Đoạn phim cho bạn thấy các bà mẹ dạy trẻ học như thế nào. Rất nhiều người đã nhận thấy được sự hữu ích của đoạn phim. Đoạn phim sẽ mang lại cho bạn những sự tự tin cần thiết.

Độ tuổi nào thích hợp nhất để bắt đầu?

Chương 9

Ý kiến của các bà mẹ

Ồ! Sức mạnh của tình mẹ!

- EURIPIDES

Cuốn sách này được viết vào năm 1963 và xuất bản lần đầu tiên vào năm 1964.

40 năm đã trôi qua kể từ khi cuốn sách ra đời. Đầu tiên nó chỉ là một danh sách liệt kê chi tiết các hướng dẫn mà vợ tôi đề nghị tôi viết cho cô ấy sử dụng để giúp các bà mẹ.

Kể từ đó, năm 1963, cuốn sách *Dạy con tập đọc* đã được xuất bản bằng hơn hai mươi thứ tiếng khác nhau trên thế giới và vẫn tiếp tục được dịch sang nhiều ngôn ngữ khác.

Sau đó có hàng tá cuốn được in và tái bản. Có 5 triệu phụ huynh đã đặt mua cuốn sách đó.

Khi cuốn đầu tiên được xuất bản, hàng trăm phụ huynh đã dạy con họ tập đọc theo cuốn sách này, hầu hết trong số chúng có tổn thương về não bộ. Ngày nay, có hàng trăm hàng nghìn trẻ em bình thường hay có tổn thương về não bộ đều biết đọc.

Chúng ta biết được điều đó bằng cách nào?

Tài sản quý giá nhất mà tôi sở hữu đó là một bộ sưu tập hàng nghìn bức thư từ các bậc phụ huynh gửi đến. Họ viết thư thông báo cho chúng tôi biết rằng họ hứng thú thế nào khi dạy bọn trẻ tập đọc, bọn trẻ thích học đọc như thế nào. Họ muốn có thêm các tài liệu và cuốn sách nữa để dạy cho bọn trẻ và nêu các câu hỏi liên quan đến bọn trẻ. Họ chia sẻ cùng tôi những gì đã xảy ra khi bọn trẻ đi học và khi chúng trưởng thành.

Những lá thư này là minh chứng sống chứng minh rằng mọi trẻ em đều muốn đọc chữ, có thể học đọc, đang muốn và nên học đọc.

Số lượng thư gửi đến tôi tăng lên từng ngày. Chúng rất lành mạnh, quý mến, thu hút, thuyết phục và chúng trở thành một phần không thể thiếu đối với tôi.

Tôi nghĩ dường như các bậc phụ huynh đã đọc cuốn sách này rất có thể tò mò muốn biết chuyện gì đã xảy ra đối với các bậc phụ huynh khác cũng đã từng đọc cuốn sách này.

Các đoạn trích dẫn dưới đây được chọn ngẫu nhiên theo đúng nghĩa là mỗi trích dẫn trong đó đại diện cho một bức thư.

Các đoạn ví dụ dưới đây được trích dẫn từ hàng nghìn lá thư khác nhau. Chúng được chọn không phải do chữ viết đẹp nhất hay xấu nhất, lời văn hấp dẫn hay kém hấp dẫn, sinh động nhất hay kém sinh động, khoa học nhất hay kém khoa học nhất, thuyết phục nhất hay ít thuyết phục, cảm động nhất hay ít cảm động nhất. Ta có thể thấy các bức thư đó đại diện cho các bậc phụ huynh thuộc tầng lớp trung lưu đến những người thuộc tầng lớp thượng lưu như luật sư, kỹ sư, nhà vật lý học, nhà giáo, nhà khoa học v.v...

Tất cả họ đều có chung một điều là họ dành cho con mình tất cả tình yêu thương và sự ưu tiên cao nhất trong cuộc sống.

Tất cả trẻ em đều có năng khiếu thực sự. Chúng có một sự gắn kết tinh thần mật thiết với cha mẹ, những người luôn lắng nghe và chiều chuộng chúng. Đó là năng khiếu bẩm sinh của chúng.

Dưới đây là các ví dụ được trích dẫn từ hàng ngàn lá thư khác nhau:

THƯ CỦA CÁC BẬC PHỤ HUYNH

Làm ơn thứ lỗi nếu tôi viết như thể tôi biết ông rất rõ. Hãy cho phép tôi gửi lời chào làm quen chính thức sau nhiều năm tìm hiểu về ông và công việc của ông ở những học viện nghiên cứu tiềm năng con người. Sự thật là tôi cảm thấy không biết làm sao mô tả hết lòng biết ơn chân thành của tôi khi tôi đã được đọc cuốn sách của ông về cách dạy cho một đứa trẻ biết đọc, những khám phá của ông và cộng sự đã được thể hiện rất sâu sắc.

Lần đầu tôi đọc cuốn sách là năm 1972, không lâu sau khi con trai tôi ra đời. Đó là hiệu sách Smith ở Southampton trên bờ biển phía Nam nước Anh. Năm 1973, chúng tôi chuyển đến đảo Mauritius ở Ấn Độ Dương. Ở đó, trên bờ biển đầy cát vàng và dưới bóng những cây nhiệt đới, chúng tôi dạy con học đọc theo những phương pháp trong sách. Cậu con trai 3 tuổi khá thích thú với cuốn sách *Going to the moon* của giáo sư Eastman. Khi chúng tôi trở lại Anh bố mẹ tôi phàn nàn rằng thằng bé còn nhỏ mà nó dành quá nhiều thời gian đọc sách trước khi đi ngủ. Khi bảy tuổi nó đã đọc sách như đứa trẻ 11 tuổi. Và năm 13 tuổi, thằng bé dành được học bổng toàn phần của trường Harro trước sự ngạc nhiên và hài lòng của cả đại gia đình.

Sinh nhật thứ 17 của nó là vào tháng Bảy.

Chúng tôi cũng áp dụng phương pháp này đối với hai đứa con gái, chúng cũng thích thú và ham mê đọc sách.

Vợ tôi, Jennifer, cũng nói rằng tháng Hai tới, sẽ bắt đầu dạy cho đứa con của bạn tôi - một đứa trẻ bị tổn thương não - sử dụng biện pháp học đọc này, sau khi những chuyên gia ở trường học đã cho rằng đứa trẻ này phải mất sáu tháng nữa để học chữ C. Mọi người đều có thể thấy sự thông minh toát lên từ đôi mắt xanh của cô bé Anna Ross. Cô bé mới 5 tuổi.

Thư kí văn phòng chỗ tôi làm có con trai 15 tháng tuổi và cô ấy cũng đang dạy con học đọc theo phương pháp này.

Jennifer và tôi tin rằng phương pháp này sẽ giúp Anna Ross cải thiện đáng kể tổ chức hệ thần kinh và giúp đứa trẻ theo kịp anh trai và em gái nó, hoặc nếu hi vọng xa hơn thì sẽ vượt qua chúng.

Cảm ơn ông rất nhiều vì tác phẩm lớn này, vì sức mạnh của những phát hiện này và vì những lợi ích mà nó đem lại cho gia đình tôi.

- Taunton, Anh

Lần đầu tôi được tiếp cận với những tài liệu của ông là năm 1963 khi em trai tôi ra đời. Mẹ tôi đọc sách của ông (khi vừa mới xuất bản) và cá với bố tôi rằng bà sẽ dạy con đọc sách theo phương pháp đó. Từ lúc còn rất nhỏ, Ken đã đọc được rất nhiều từ khi cậu bé xem tivi. Ba chị em chúng tôi cùng chơi các trò đoán chữ. Mẹ tôi thường viết những từ mới lên chiếc bảng đen treo trong bếp, thậm chí bà còn viết lên những tấm bìa các tông. Cuốn ghi chép kết quả cho thấy nó có thể đọc 55 từ vào sinh nhật hai tuổi và khi ba tuổi thì đọc tốt gần như mọi từ. Nó thích viết từ khi còn rất nhỏ, có thể viết và minh họa nhiều cuốn sách nhỏ. Vào sinh nhật lần thứ hai, Ken đã đọc được 55 từ và đến sinh nhật thứ ba thì cậu bé đã có thể đọc tốt. Nó cũng thích viết và đã hoàn thành nhiều quyển sách nhỏ với hình minh họa.

Khi Ken học tiểu học, tôi học cấp hai, và tôi bắt đầu dạy nó học đại số và hình học. Nó tham gia vào đội tuyển thi học sinh giỏi toán ở trường và luôn là học sinh xuất sắc trong môn toán đến tận bây giờ. Sẽ có thể viết được một cuốn sách nếu tôi nhắc lại những thành tựu và sự quyết tâm theo đuổi của em trai tôi từ khi nó còn nhỏ. Tôi hoàn toàn bị thuyết phục rằng đó là kết quả của nền giáo dục từ sớm. Ken dành được nhiều giải thưởng và bằng khen, đứng thứ hai trong lớp cấp ba, và hiện giờ cậu đang là sinh viên kỹ thuật với một suất học bổng của trường đại học. Bên cạnh đó, Ken cũng thành công về mặt xã hội.

Giờ đây, tôi đã có một con gái nhỏ. Nó đã hai tuổi, hiện tôi đang dạy cháu theo hai cuốn sách về cách đọc và học toán của bạn. Cuốn *Kindergarten is too late* (Sự giáo dục ở nhà trẻ là quá muộn) đã thôi thúc tôi cho cháu được học nhiều môn như âm nhạc cổ điển, vẽ, thể dục, địa lý, điện ảnh, kinh thánh, bơi lội… Cô bé có cả một bộ sưu tập trò chơi ô chữ và thích thú ngồi hàng giờ để giải đố. Cháu đang học tên các bang qua những ô chữ về bản đồ các bang ở Mỹ, tên các nước trên thế giới, tên các vị tổng thống Mỹ qua những thẻ tên… Cô bé tỏ ra xuất sắc về ngôn từ, nhanh nhẹn và hài hước. Phải thú thực rằng cô bé vượt hơn những đứa trẻ cùng tuổi.

- Dallas, Texas

Tôi rất hứng thú đọc những bức thư về việc dạy con học đọc. Điều đó mang đến cho vợ chồng tôi những hồi niệm thú vị, tôi luôn đem theo cuốn sách này, tôi đã đánh dấu ngày 26/10/1964, khi Keith tròn 16 tháng tuổi. Chỉ một thời gian trước khi ông có được tác phẩm tại học viện thành tựu tiềm năng con người về chủ đề này. Với nỗ lực của vợ chồng tôi trong việc dạy Keith đọc, chúng tôi bắt đầu bằng việc in các tấm thẻ và lên lịch dạy Keith khi nó tròn 17 tháng tuổi. Kết quả hoàn toàn nằm ngoài sức tưởng tượng của chúng tôi.

Bây giờ Keith đã 19 tuổi, đã tốt nghiệp trường St. Francis College và được thay mặt cả lớp phát biểu trong lễ tốt nghiệp ở tuổi 15. Keith đang theo học tại trường đại học Indiana với hai chuyên ngành y khoa và kỹ thuật và sẽ nhận bằng tiến sĩ khoa học trong năm tới khi tròn 20 tuổi, hai năm sau đó sẽ nhận tấm bằng tiến sĩ y khoa và tiếp tục học thêm về chuyên ngành y khoa.

Chúng tôi rất mừng với những thành công sớm đến với cháu. Không nghi ngờ gì nữa, khả năng đọc sớm của cháu đã đóng góp rất nhiều vào những tiến bộ trong những năm qua, ngoài ra cháu cũng thành công về mặt xã hội, cháu có những mối quan hệ tốt với bạn bè, những người lớn hơn cháu tới năm hay bảy tuổi. Bạn bè, thầy cô giáo rất yêu quý cháu.

Cháu cũng hoàn thành khóa học organ, ghi ta và thanh nhạc với nhóm nhạc đồng quê ở St. Pauls Catholic Church thuộc trường Indiana, Ấn Độ.

Tôi hy vọng những câu chuyện thành công sẽ mang đến niềm vui và động viên khích lệ ông trong công việc.

Tôi cũng mong muốn ông hãy gặp Keith vào một ngày nào đó và rõ ràng thành công của Keith một phần nhờ tác phẩm của ông.

Keith luôn là học sinh đứng đầu lớp khi là sinh viên năm thứ tư.

- Ft. Wayne, Ấn Độ

Tôi là một trong những bà mẹ "Doman" đầu tiên. Vào năm 1965, khi đó tôi đang mang thai, tôi đã đọc được một bài báo trên tờ tạp chí *Ladies Home* có tiêu đề "Cách dạy con trở thành một thiên tài". Đọc xong bài báo đó tôi cảm thấy mình vừa có một khám phá mới mẻ. Nó đã mở ra một chân trời rộng lớn và tươi sáng. Tôi gần như không thể đợi được đến cái ngày tôi có thể dẫn dắt con tôi theo hướng đi tuyệt vời này.

Tôi rất thích quá trình làm các thẻ đọc, nó giúp tôi thư giãn và thanh thản. Trong suốt bốn năm đầu đời của Heather, chúng tôi chuyển từ Mỹ tới Chi Lê, Peru và Brazin, bất cứ nơi nào chúng tôi đặt chân đến, chúng tôi đều mang theo bảng trắng và bút màu đỏ. Khi chúng tôi bị kẹt trên tàu, mọi việc vẫn được duy trì, chúng tôi viết các từ lên cửa sổ hoặc lên cát ngoài bờ biển. Heather thông thạo cả tiếng Anh và tiếng Tây Ban Nha, sau đó thêm tiếng Pháp khi vào học lớp Một ở Canada. Tôi mong ước kết quả như vậy với môn toán.

60 năm trước, tôi đi du học ở Anh và chồng tôi du học ở Canada và không ai trong hai chúng tôi có thể nhớ ra một đứa trẻ nào không biết đọc cho dù điều kiện kinh tế của gia đình chúng như thế nào. Thậm chí ngay cả đối với những gia đình nghèo nhất cũng có các bà cô già hay các bà già lấy làm tự hào vì đã dạy chữ cho bọn trẻ. Gần đây, chồng tôi kể kinh nghiệm đầu đời của anh khi anh 25 tuổi, tốt nghiệp trung học mà không biết đọc, biết viết. Quả thật, khi ngày đó đến và tôi đứng trước chúa xưng tội, tôi sẽ có thể nói rằng sự đóng góp vĩ đại nhất của tôi là dạy cho con tôi tập đọc.

26 năm trước, tôi đã mua cuốn sách của anh. Chồng tôi và tôi bắt đầu một cuộc phiêu lưu thú vị với con trai tôi - John và với con gái tôi - Christa sáu năm sau.

John không được sinh ra trong điều kiện tốt nhất. Tôi đã bị nhiễm trùng máu khi mang thai và chỉ nằm trên giường nghỉ ngơi, sau 33 tiếng chuyển dạ John chào đời. Bị dây rốn quấn cổ, lá phổi bên phải bị teo lại và cháu đã bị viêm phổi. Bác sỹ nói rằng John có biểu hiện chậm phát triển trí tuệ so với bình thường. John biết đi từ sớm, khi được 9 tháng tuổi nhưng chậm nói, khi lên 2 tuổi cháu mới biết nói. John được học theo các phương pháp trong cuốn sách của anh khi được 15 tháng tuổi. Cháu thường nhận các thẻ và mang chúng lại cho tôi. Khi cháu được ba tuổi, cháu có thể đọc được mọi thứ. Khi làm kiểm tra ở trường nội trú tại địa phương trước khi vào mẫu giáo, John đọc được như một học sinh lớp Ba. Cùng thời điểm đó, cháu được chẩn đoán là có dấu hiệu rối loạn não nhẹ. Do các kỹ năng nâng cao và điểm thi cao, họ khuyên nên cho cháu học ở trường dân lập nơi cháu nhận được sự chăm sóc tốt hơn. Chúng tôi đã làm như vậy.

John tốt nghiệp trung học và thi đỗ vào trường Đại học Stanford, cháu tốt nghiệp đại học với tấm bằng danh dự chuyên ngành khoa học chính trị và hoàn tất các yêu cầu cần thiết trong ba năm. Sau đó cháu công tác tại trường Đại học luật Michigan với cương vị là nhà phê bình luật, cháu cũng được các công ty luật danh tiếng nhất ở Mỹ mời làm việc. Hiện nay cháu đang đi đào tạo thực hành pháp luật của các công ty ở San Francisco. Cháu đã và đang là một độc giả và thuyết trình thực sự là một trong những trò tiêu khiển yêu thích của cháu.

Chúng tôi nhận nuôi một cháu gái Hàn Quốc 4 tháng tuổi. Chúng tôi hầu như không biết gì về lịch sử ra đời của cháu. Chúng tôi lại áp dụng phương pháp của anh và Christa đọc được mọi thứ khi lên 3 tuổi.

Khi học lớp hai cháu giao kèo sẽ đọc hết 30 cuốn sách vào cuối năm, cháu đã đọc hết 30 quyển sách vào tháng 10, tổng cộng đọc hết 360 quyển sách trong năm đó. Cháu đang theo học ngành tài chính của Trường Cao đẳng William - Mary và cháu luôn giữ vị trí dẫn đầu. Tháng Năm này cháu tốt nghiệp.

Vào năm 1964, cha tôi du nhập vào Ai-len cái gì đó có lẽ là một trong những bản sao của cuốn sách này bắt đầu dạy cho tôi theo cuốn sách đó. Lúc đó tôi mới được sáu tháng tuổi và đã học hết toàn bộ chương trình tập đọc trong cuốn sách đó và cha mẹ tôi thường áp dụng một số phương pháp học tăng tốc như thế.

35 năm sau, tôi bắt đầu áp dụng các phương pháp riêng của mình để dạy cho cô con gái Mia của tôi và dùng cuốn sách của anh làm nền tảng.

- Phoenix, Maryland

Chương 10

Sự sum vầy

Trước khi chúng ta chơi trò học chữ cùng nhau, tôi không nghĩ rằng chúng ta nhất định phải hiểu nhau.

- RẤT NHIỀU, RẤT NHIỀU BÀ MẸ

Trong nhiều thế hệ, các ông bà thường khuyên nhủ và cảnh báo các bậc làm cha mẹ nên thưởng thức những phút giây được bên con trẻ bởi vì chúng sẽ rất nhanh trưởng thành và bay đi khi đã đủ lông đủ cánh. Giống như hầu hết các lời khuyên bị bỏ ngoài tai khác từ thế hệ này qua thế hệ khác, hầu hết mọi người không thể nhận ra điều đó trước khi nó xảy ra. Tất nhiên, một khi điều đó đã xảy ra thì sẽ là quá muộn để có thể cứu vãn được điều gì đó.

Nếu đúng là các bậc cha mẹ của những đứa trẻ bị tổn thương não bộ gặp phải các vấn đề lạ thường (và chắc chắn là họ có) thì đồng thời họ cũng có một vài lợi thế nhất định mà cha mẹ của những đứa trẻ lành lặn hiếm khi có được. Trong đó, một lợi thế không kém phần quan trọng là thực tế các bậc cha mẹ trên có mối liên hệ rất mật thiết với con cái của họ. Do bản chất của căn bệnh nên đôi khi sự gắn bó đó là một nỗi đau khổ, nhưng nó cũng lại là một điều quý giá.

Gần đây, trong một buổi thuyết giảng khi đang nói chuyện với các bậc cha mẹ của những đứa trẻ bình thường về chủ đề làm thế nào để dạy con bạn biết đọc, chúng tôi đã nói với họ rằng: "Một trong những lý do tuyệt vời để các bậc cha mẹ dạy con học đọc xuất phát từ một thực tế rằng việc bạn phải tiếp xúc gần gũi với con cái trong lúc dạy chúng sẽ đem tới cho bạn niềm vui thú to lớn mà cha mẹ của những đứa trẻ bị bệnh não được cảm nhận khi chăm sóc con cái của họ".

Khi đưa ra thêm một vài câu phân tích sâu hơn chúng tôi nhận thấy những lời dẫn giải của chúng tôi đã khiến một số bậc cha mẹ tỏ ra khó hiểu.

Cũng không có gì là ngạc nhiên khi cha mẹ của những đứa trẻ bình thường không hề biết tới một sự thật là cha mẹ của những đứa trẻ bị bệnh không chỉ có những rắc rối mà còn có một số lợi thế nhất định. Tuy nhiên, thật ngạc nhiên khi phần lớn trong chúng ta đã đánh mất mối liên hệ mật thiết với con cái mình vốn là một yếu tố cực kỳ quan trọng đối với toàn bộ tương lai của đứa trẻ và có thể còn là một niềm vui vô bờ bến với chúng ta.

Áp lực cuộc sống đã cướp đi của chúng ta mối liên hệ này một cách âm thầm đến nỗi chính chúng ta cũng không hề biết đến việc nó đã biến mất hoặc có lẽ chúng ta còn không nhận thức được rằng mối liên hệ đó đã từng tồn tại.

Nó đã tồn tại và nó đáng được khơi gợi lại. Một trong những cách thức bổ ích nhất để tái lập lại mối liên hệ vui thú này là dạy con bạn đọc chữ.

Giờ thì các bạn đã biết phải làm như thế nào. Chúng ta sẽ kết thúc bằng một số nhắc nhở cuối cùng về những điều nên và không nên làm. Chúng ta bắt đầu từ những việc không nên làm.

Đừng làm con bạn chán nản

Đây là sai lầm chủ yếu. Hãy nhớ rằng những đứa trẻ hai tuổi có thể cùng lúc học cả tiếng Bồ Đào Nha và tiếng Pháp trong khi tiếng Anh chúng cũng đang học rất giỏi. Vì vậy đừng để những chuyện vặt vãnh và lời nói linh tinh làm chúng chán nản. Hãy tránh xa việc đó như tránh dịch bệnh.

- *Tiến trình học diễn ra quá chậm.* Việc này sẽ khiến trẻ mau chán bởi vì chúng có thể học hỏi kiến thức với một tốc độ đáng kinh ngạc. Rất nhiều bậc cha mẹ phạm phải sai lầm này do tham vọng

muốn con cái họ tiếp thu bài vở một cách tương
đối hoàn chỉnh.

- *Kiểm tra kiến thức.* Đây là sai lầm thường gặp nhất
  và chắc chắn sẽ làm con bạn chán nản. Lũ trẻ rất
  thích học hỏi nhưng chúng không muốn bị kiểm
  tra. Đây chính là nguyên nhân chủ yếu giải thích
  vì sao bọn trẻ đòi được nghỉ ngơi sau khi vượt qua
  bài kiểm tra thành công.

Hai yếu tố trên có xu hướng thúc đẩy việc kiểm tra
con cái quá nhiều. Yếu tố đầu tiên là do theo lẽ tự nhiên
cha mẹ sẽ cảm thấy tự hào khi con cái mình bộc lộ tài
năng trước mặt hàng xóm, cô dì chú bác, ông bà và
những người khác. Yếu tố thứ hai là tham vọng mãnh
liệt của các bậc cha mẹ muốn đảm bảo chắc chắn rằng
con cái họ sẽ đọc đúng từng từ một cách hoàn hảo trước
khi chuyển sang các bài tiếp theo. Hãy nhớ rằng không
phải bạn đang mang đến cho con bạn những bài kiểm
tra cấp đại học mà đơn giản là bạn đang trao cho chúng
một cơ hội để học đọc. Không cần phải chứng minh
với thế giới là con bạn biết đọc. (Việc đó tự thân nó sẽ
làm sau này.) Chỉ cần bạn biết chắc chắn nó biết đọc là
được; và các bậc cha mẹ có trang bị đặc biệt đi kèm để
hiểu con cái của mình biết và không biết những gì. Hãy
tin tưởng vào trang bị đó và thông điệp mà nó truyền
lại. Trang bị đặc biệt đó được tạo nên bởi hai phần bằng
nhau xuất phát từ trái tim và khối óc và khi cả hai phần

này hoàn toàn ăn khớp nhau thì hầu như lúc nào bạn cũng có được cách nhìn nhận chính xác.

Sẽ không dễ dàng gì để chúng tôi có thể sớm quên được cuộc đối thoại với một nhà giải phẫu thần kinh thuộc khoa nhi, khi ông đang nói về một em bé bị tổn thương não nghiêm trọng. Nhà giải phẫu thần kinh này là một bác sĩ mà mỗi bản năng của ông đều được dựa trên chứng cứ khoa học chính xác và hầu như không bị cảm xúc chi phối.

Ông đang nói về một cậu bé 15 tuổi bị tổn thương não bộ trầm trọng, bị liệt, câm và được chẩn đoán là đần độn. Vị bác sĩ trên đã rất giận dữ khi nói: "Hãy nhìn đứa trẻ này", ông nhấn mạnh, "cậu bé bị chẩn đoán là đần độn chỉ đơn giản vì cậu ta trông như thế, cư xử hành động như một người đần và các thử nghiệm trong phòng thí nghiệm cho thấy cậu ta đần độn. Sao không có ai có khả năng nhìn thấy rằng cậu ta không phải như vậy, không phải là một đứa trẻ đần độn."

Một bầu không khí im lặng, bối rối, có phần sợ sệt bao trùm lên các thực tập sinh, y tá và các bác sĩ chuyên khoa - những người tham gia vào êkip phẫu thuật não cho cậu bé. Cuối cùng một bác sĩ dũng cảm nhất trong số đó phát biểu: "Nhưng nếu như tất cả mọi thứ đều cho thấy cậu bé này là một người đần độn thì làm thế nào để biết rằng cậu ta không phải là như thế?".

"Trời ạ!", nhà giải phẫu thần kinh gầm lên, "hãy nhìn vào mắt cậu bé, bác sĩ. Không cần phải đào tạo chuyên sâu anh cũng có thể thấy được sự thông minh ánh lên trong đôi mắt đó!".

Một năm sau chúng tôi có được ân huệ chứng kiến cậu bé đó đi lại, nói chuyện và đọc sách cho những người khác có cùng hoàn cảnh nghe.

Có nhiều cách để các bậc cha mẹ biết chính xác con mình biết được những gì ngoài khuôn khổ của các bài kiểm tra thông thường.

Nếu bạn lặp đi lặp lại quá nhiều lần một bài kiểm tra mà con bạn đã vượt qua thì nó sẽ trở nên chán nản và sẽ trả lời rằng con không biết hoặc trả lời vớ vẩn. Nếu bạn chỉ cho con bạn từ "tóc" và hỏi đi hỏi lại nó nhiều lần rằng đó là từ gì thì con bạn có thể trả lời rằng đó là từ "con voi". Khi con bạn trả lời theo cách này thì tức là nó đang giúp bạn hiểu vấn đề bằng cách chống đối. Hãy để ý tới chúng.

Đừng gây áp lực cho con

Đừng cố nhồi nhét và bắt con bạn phải đọc. Đừng *kiên quyết* quá khi dạy con. Đừng sợ thất bại. (Sao bạn lại có thể thất bại? Nếu con bạn chỉ cần học được ba từ thì cũng còn khá hơn là chúng không biết gì.) Bạn sẽ không thể trao cho con bạn cơ hội để học đọc nếu như một trong hai người, con bạn hoặc bạn, cảm thấy không thích làm việc đó. Dạy con học đọc là việc làm rất tích cực và bạn không bao giờ được biến nó thành một hoạt động mang tính tiêu cực. Trong quá trình dạy bất kỳ lúc nào nếu con bạn không muốn học thì hãy dừng toàn bộ việc đó lại trong vòng một tuần hoặc hơn. Hãy nhớ rằng bạn hoàn toàn chẳng có gì để mất cả và mọi thứ là để đạt được.

Đừng gây căng thẳng

Nếu bạn cảm thấy không thoải mái thì đừng cố che giấu sự căng thẳng của bạn để tiếp tục dạy con học đọc. Trẻ em là thiết bị nhạy cảm nhất mà chúng ta có thể tưởng tượng ra được. Con bạn sẽ sớm nhận ra rằng bạn không thoải mái và chúng sẽ cảm nhận điều đó một cách rất nhạy cảm. Sẽ tốt hơn rất nhiều nếu bạn tạm dừng một ngày hoặc một tuần. Đừng bao giờ cố gắng đánh lừa con trẻ. Bạn sẽ không bao giờ thành công.

Hãy vui vẻ

Như chúng tôi đã nói ở phần trước rằng hàng ngàn bậc cha mẹ và các nhà khoa học đã dạy trẻ em đọc chữ và kết quả đạt được rất tuyệt vời.

Chúng tôi đã đọc thư của những người này, chúng tôi đã hồi âm và cũng đã nói chuyện với rất nhiều người trong số họ. Chúng tôi thấy rằng các phương pháp mà họ sử dụng rất khác nhau. Họ đã sử dụng các phương tiện từ bút chì và giấy cho đến các máy móc khoa học phức tạp rất đắt tiền. Tuy nhiên, điều quan trọng nhất, tất cả các phương pháp mà chúng ta đã biết đều có ba điểm chung giống nhau và chúng cực kỳ quan trọng.

1. Tất cả các phương pháp được sử dụng để dạy trẻ em nhỏ tuổi học đọc đều đã thành công.

2. Tất cả các phương pháp đều sử dụng chữ in khổ lớn.

3. Mỗi phương pháp đều nhấn mạnh sự cực kỳ cần thiết phải cảm nhận và bộc lộ được niềm vui thích trong quá trình dạy.

Chúng tôi không hề ngạc nhiên về hai điểm đầu nhưng điểm thứ ba thì lại khiến chúng tôi vô cùng kinh ngạc. Cần phải lưu ý rằng rất nhiều người trong số những người dạy con học đọc mà chúng tôi tiếp cận không hề biết nhau và họ cũng thường là thuộc các thế hệ khác nhau.

Không phải ngẫu nhiên mà tất cả họ đều đi đến kết luận trẻ nên được khen ngợi một cách xứng đáng khi chúng thành công. Sớm hay muộn thì họ cũng phải đi đến kết luận như vậy.

Điều thực sự gây kinh ngạc là việc những người sống ở những năm 1914, 1918, 1962, 1963, và ở các thời điểm khác, ở nhiều nơi khác nhau đều đi đến kết luận rằng thái độ này có thể được đúc rút trong đúng một từ đơn giản – *vui thú*.

Nhưng liệu với thái độ được coi là vui thú, cha mẹ có thể dạy con học đọc thành công không? Có một sự lôi cuốn mạnh mẽ khiến chúng tôi đặt tên cho chương cuối cùng của cuốn sách này là "tóc vàng nhanh nhảu" và có một chuyện nhỏ nhưng quan trọng dính dáng tới tiêu đề đó.

Sau nhiều năm làm việc tại *Viện nghiên cứu* chúng tôi đã tạo được uy tín với các bà mẹ. Cũng giống như hầu hết những người mà chúng tôi đã sai lầm khi khái quát hóa họ một cách dễ dãi, hàng ngàn bà mẹ, ít nhất là để cho tiện lợi, cũng đã được phân chia thành hai kiểu khác nhau mà chúng tôi đã có ân huệ được tiếp cận với họ. Kiểu thứ nhất là một nhóm tương đối nhỏ bao gồm các bà mẹ có chỉ số thông minh cao, được giáo dục tốt, rất bình tĩnh, trầm lặng và thường là hay như vậy, nhưng không phải thông minh ở mọi lúc mọi nơi. Chúng tôi đặt tên cho nhóm này là "nhóm trí thức".

Nhóm thứ hai số lượng lớn hơn rất nhiều và bao gồm hầu hết các bà mẹ. Những phụ nữ này thường là thông minh, nhưng họ có thiên hướng ít trí thức hơn và đa phần họ hăng hái, nhiệt tình hơn nhóm thứ nhất. Nhóm này chúng tôi đặt tên là "tóc vàng nhanh nhảu" ý muốn nhấn mạnh vào sự hăng hái, nhiệt tình hơn là nhấn mạnh vào màu tóc hay trí thông minh của họ.

Cũng giống như mọi sự khái quát, sự phân chia trên không thể đứng vững nhưng nó mở đường cho việc phân chia nhóm nhanh chóng.

Lúc đầu, khi nhận ra rằng các bà mẹ có thể dạy con nhỏ học đọc và đó là việc tốt nên làm, chúng tôi đã nói với nhau rằng, "Hãy đợi cho đến khi các bà mẹ biết về điều này." Chúng tôi đã tiên liệu trước rằng tất cả các bà mẹ sẽ rất vui mừng khi biết điều đó và họ sẽ tham gia chương trình rất nhiệt tình.

Chúng tôi đi đến kết luận là phần lớn các bà mẹ sẽ thành công trong việc dạy con mình đọc chữ, nhưng chúng tôi cũng đưa ra dự đoán rằng một nhóm nhỏ các "bà mẹ trí thức" có thể sẽ có được thành công lớn hơn nhóm "tóc vàng nhanh nhảu".

Nhưng những kết quả đầu tiên thu được gần như trái ngược lại với những gì chúng tôi đã tiên đoán trước đó. Những kết quả thu được tiếp theo đã tiếp tục củng cố những phát hiện ban đầu.

Tất cả các bà mẹ đều đã đạt được thành công vượt mức dự đoán ban đầu của chúng tôi. Thành công của các bà mẹ "tóc vàng nhanh nhảu" vượt xa nhóm các "bà mẹ trí thức" và bà mẹ nào càng nhanh nhẹn, hăng hái bao nhiêu thì càng thành công bấy nhiêu.

Khi chúng tôi nghiên cứu kết quả, theo dõi quá trình dạy, lắng nghe các bà mẹ và suy nghĩ một chút về tất cả những điều này thì các nguyên nhân của sự việc bắt đầu sáng tỏ.

Khi các bà mẹ trầm tính và nghiêm túc dạy con học thì họ thường cũng có xu hướng dạy con theo cách thức trầm và nghiêm túc. Ngược lại, những bà mẹ thoải mái trong khi dạy lại thiên mạnh theo xu hướng hô to lên "Ái chà! Tốt đấy." Những bà mẹ này dạy con bằng lời nói, cử chỉ và bộc lộ cảm xúc vui vẻ và sự thích thú với việc đó.

Một lần nữa câu trả lời lại rất đơn giản. Trẻ nhỏ hiểu, cảm kích và thích thú với thán từ "Ái chà!" Trẻ nhỏ rất thích được tán dương. Vậy hãy cho chúng những gì chúng thích. Chúng xứng đáng được như vậy và bạn cũng thế.

Có rất nhiều thứ mà chúng ta các bậc cha mẹ phải làm cho con cái. Chúng ta phải quan tâm tới tất cả các vấn đề của con, từ những cái to tát ít gặp đến những vấn đề nhỏ hơn. Cả con trẻ lẫn chúng ta đều được quyền vui vẻ và đó cũng chính là những gì mà việc dạy con học mang lại – niềm vui thú.

Nhưng nếu ý tưởng dạy con đọc chữ không lôi cuốn bạn thì đừng làm việc đó. Đừng nên dạy con đọc chỉ vì muốn con mình có tương lai sánh ngang với nhà Joneses. Nếu bạn nghĩ theo cách đó thì bạn sẽ là một giáo viên tồi. Còn nếu bạn muốn làm việc đó thì hãy cứ làm bởi lẽ bạn muốn thế - đó là một lý do rất tốt.

Nếu bạn buộc phải giải quyết mọi vấn đề của con cái thì bạn cũng nên có hứng thú với việc đó thay vì trao cơ hội có được niềm hạnh phúc cho những người không quen biết. Thật đúng là một ân huệ khi bạn có cơ hội mở ra cho trẻ em một cánh cửa mà phía sau cánh cửa ấy đầy những lời vàng ngọc của sự thích thú, của ấn tượng mạnh mẽ, và sự tuyệt vời chứa trong tất cả những cuốn sách tiếng Anh. Thật quá tốt cho người lạ nào có được ân huệ đó, ân huệ mà lẽ ra nên được dành cho các ông bố bà mẹ.

Hãy sáng tạo

Cách đây khá lâu chúng tôi khám phá ra rằng nếu bạn nói cho các bà mẹ biết mục tiêu của các tất cả các chương trình nghiên cứu liên quan đến con cái họ là gì, và nếu bạn nói qua cho họ công việc phải tiến hành như thế nào thì ngay lúc ấy bạn có thể không cần phải lo toan về nó nữa. Các bậc cha mẹ cực kỳ sáng tạo miễn là họ được biết khi nào phải dừng lại và thường họ còn tìm ra được các phương pháp còn tốt hơn cả những cái mà họ được hướng dẫn trước đó để áp dụng.

Mỗi đứa trẻ đều có các phẩm chất chung mà mọi đứa trẻ khác đều có (và phổ biến trong số đó là khả năng biết đọc chữ từ khi còn rất nhỏ tuổi), nhưng mỗi đứa trẻ lại cũng có cá tính rất đặc trưng. Chúng là sản phẩm của gia đình nơi trẻ sinh ra và lớn lên, của cuộc sống cá nhân từng em và của nơi sinh sống. Do hoàn cảnh mỗi gia đình một khác, nên có rất nhiều cách thức khác nhau mà các bà mẹ có thể và sẽ nghĩ ra để khiến việc học đọc của con cái thú vị hấp dẫn hơn. Tuân thủ các quy tắc, nhưng cứ tiến hành và bạn có thể thêm thắt những gì mà bạn biết là có tác dụng tốt đối với trường hợp của con bạn. Đừng sợ sẽ phá vỡ các khung quy tắc do chúng tôi đặt ra.

Trả lời mọi câu hỏi của con

Có cả ngàn câu hỏi mà con bạn sẽ đặt ra. Bạn phải trả lời nghiêm túc và chính xác nhất có thể tất cả chúng. Bạn đã mở cho con bạn cánh cửa rộng lớn khi bạn dạy chúng đọc chữ. Đừng ngạc nhiên về số lượng khổng lồ những thứ mà chúng quan tâm. Từ khi được dạy đọc chữ thì câu hỏi mà con bạn hay hỏi nhất là "Chữ gì đây?" Đó cũng là cách mà từ đó trở đi con bạn học để đọc tất cả các quyển sách. Phải luôn nói cho chúng biết đó là từ gì. Làm như vậy vốn từ vựng cơ bản của con bạn sẽ phát triển với tốc độ rất nhanh.

Mang đến cho con những thứ đáng đọc

Có vô cùng nhiều những thứ tuyệt vời để đọc đến nỗi hầu như không có thời gian để phí phạm.

Có lẽ xét trên tổng thể điều quan trọng nhất của việc đọc sách đó là nó trao cho bạn cơ hội để dành nhiều thời gian hơn cho mối liên hệ cá nhân, gần gũi và đầy vui thú với con cái. Trong khi cuộc sống hiện đại có xu hướng tách rời người mẹ với con cái thì đây là cơ hội hoàn hảo để mẹ và con được ở bên nhau. Qua mối tương tác đó, tình yêu thương, sự tôn trọng và ngưỡng mộ lẫn nhau sẽ lớn lên gấp nhiều lần so với lượng thời gian ít ỏi mà bạn dành cho con.

Có lẽ cũng cần phải nói qua về toàn bộ những tác động của việc này đến tương lai trước khi kết thúc.

Trong suốt chiều dài lịch sử, con người có hai giấc mơ. Giấc mơ thứ nhất đơn giản hơn là muốn thay đổi thế giới xung quanh chúng ta sao cho tốt đẹp hơn. Chúng ta đã làm thành công việc này ở một mức độ tuyệt vời.

Đầu thế kỷ 20, con người chỉ có thể di chuyển với tốc độ nhanh nhất là hơn 100 dặm một giờ (xấp xỉ 160km/h). Ngày nay chúng ta có thể bay trong không gian với vận tốc hơn 17 ngàn dặm một giờ (khoảng hơn 27 000km/h). Chúng ta đã tìm ra được những loại thuốc thần kỳ có thể giúp tăng gấp đôi tuổi thọ con người. Chúng ta biết cách làm thế nào để truyền được giọng nói và hình ảnh qua không gian bằng đài phát thanh, truyền hình và mạng internet. Nhà cửa của chúng ta thực sự là những phép màu nhiệm về chiều cao, vẻ đẹp, sự ấm áp và mức độ tiện lợi. Chúng ta đã thay đổi thế giới xung quanh theo cách thức phi thường nhất.

Nhưng còn bản thân con người có tốt hơn không? Có thiên tài nào có sức tưởng tượng vĩ đại hơn Da Vinci không? Có nhà văn nào giỏi hơn Shakespeare không? Có cá nhân nào có tầm nhìn và kiến thức rộng hơn Franklin và Jefferson không?

Từ thời thượng cổ con người đã nuôi dưỡng giấc mơ thứ hai. Qua nhiều thế hệ một số người đã dám nêu câu hỏi "Thế còn bản thân con người thì sao?" Trong khi thế giới xung quanh chúng ta ngày càng trở nên phức tạp một cách ngoạn mục, chúng ta vẫn cần phải có một dòng giống mới ưu việt và khôn ngoan hơn để sản sinh ra các thiên tài.

Con người đã và cần phải chuyên môn hóa hơn. Dù không có đủ thời gian để biết hết mọi thứ nhưng cần phải tìm ra cách để làm việc đó, và để trao cho thêm nhiều người nữa cơ hội được tiếp thu khối lượng kiến thức bao la mà nhân loại đã tích lũy được.

Chúng ta không thể giải quyết vấn đề bằng cách đến trường mãi được. Ai sẽ là người chăm lo cho thế giới này và ai sẽ là người nuôi sống gia đình.

Kéo dài tuổi thọ con người không thực sự giúp ích cho việc giải quyết vấn đề này. Phải chăng nếu một thiên tài như Anhxtanh sống thêm 5 năm thì khối lượng kiến thức của nhân loại sẽ được bổ sung thêm một lượng lớn nữa? Có vẻ như không phải như vậy. Tuổi thọ không làm tăng tính sáng tạo.

Câu trả lời cho vấn đề này có thể đã có ở trong chính bạn. Giả sử nếu chúng ta tăng số lượng trẻ em được tiếp cận với kho kiến thức đồ sộ của nhân loại sớm hơn 4 hoặc 5 năm so với hiện tại? Hãy tưởng tượng kết quả sẽ ra sao khi Einstein sống thêm 5 năm nữa để sáng tạo. Hãy nghĩ xem chuyện gì sẽ xảy ra nếu chúng ta để trẻ em bắt đầu tiếp thu kiến thức và sự thông tuệ của thế giới sớm hơn nhiều năm so với thời điểm cho phép hiện nay?

Dòng dõi nào và tương lai nào mà chúng ta không thể tạo ra được nếu như chúng ta có thể chặn đứng được việc lãng phí một cách bi thảm cuộc sống của trẻ em khi khả năng tiếp thu ở mọi ngôn ngữ của chúng đã đạt tới tỉnh điểm.

Việc trẻ nhỏ có thể biết đọc hay không không còn là câu hỏi phải xem xét mà hiện nay câu hỏi duy nhất đặt ra là chúng sẽ đọc cái gì.

Chúng tôi nghĩ rằng đó thực sự là một câu hỏi mới khi mà đến nay câu hỏi cũ đã sáng tỏ. Giờ đây khi mà lũ trẻ có thể đọc được và nhờ đó gia tăng kiến thức của bản thân, một điều mà có lẽ đã vượt xa những giấc mơ điên rồ nhất của bất kỳ ai – thì chúng sẽ làm gì với thế giới lỗi thời này và sẽ dung thứ cho chúng ta những bậc cha mẹ lỗi thời như thế nào, những người mà các chuẩn mực của họ có thể tốt đẹp nhưng có lẽ không mấy sáng sủa.

Cách đây rất lâu người ta đã nói và nói rất khôn ngoan rằng cây bút mạnh hơn thanh gươm. Tôi nghĩ chúng ta phải chấp nhận niềm tin rằng kiến thức dẫn tới trí tuệ uyên bác hơn và vì vậy dẫn tới đạo đức thánh thiện hơn trong khi sự dốt nát tất yếu dẫn đến cái ác.

Trẻ nhỏ đã bắt đầu biết đọc và vì vậy có thể gia tăng kiến thức của bản thân chúng, và nếu cuốn sách này khiến dù chỉ một đứa trẻ một ngày nào đó biết đọc thì cũng đã thỏa được lòng mong mỏi và nỗ lực của tác giả. Ai có thể nói được việc thêm một đứa trẻ giỏi giang hơn sẽ có ý nghĩa như thế nào đối với thế giới? Cuối cùng ai có thể tính toán được tổng số lợi ích của sự bộc phát thầm lặng này vốn đã bắt đầu và của cuộc cách mạng cao quý này mang đến cho nhân loại.

Lời cảm ơn

Chưa bao giờ có ai viết được một cuốn sách mà chỉ đơn thuần dựa vào một mình người đó; đằng sau mỗi tác phẩm ra đời là một danh sách dài những người đã giúp cho việc biến nó thành hiện thực. Những người sống gần thời điểm tác phẩm ra đời được nhấn rõ nét, nhưng khi danh sách những người có đóng góp cho sự ra đời của tác phẩm ngày càng dài về phía sau thì hình bóng của họ cũng vì thế mà trở nên mờ dần và cuối cùng nhạt nhòa trong chính tấm màn sương của thời gian. Một số khác không được nhắc đến vì tên tuổi của rất nhiều người trong số họ, những người có ý tưởng đóng góp đã hoàn toàn biến mất trong quên lãng.

Chắc chắn những truyền nhân của cuốn sách này đã chìm vào thời gian một cách lặng lẽ như đã thấy và trong đó phải kể đến những người đóng góp thậm chí chỉ là một câu hoặc một ý tưởng nhưng đã giúp cho việc hoàn thành câu đố khó giải này. Cuối cùng những truyền nhân đó còn bao gồm cả vô số các bà mẹ những người bằng con tim và khối óc biết rằng con mình có thể làm được nhiều hơn những gì mà thế giới cho rằng chúng có thể làm.

Tóm lại, bên cạnh những cá nhân cụ thể được vinh danh trong cuốn sách này, tôi rất mong muốn được bày tỏ lời cảm ơn tới tất cả những ai trong lịch sử đã mang trong mình niềm tin cùng với niềm say mê tới ám ảnh rằng trẻ em thực sự giỏi giang hơn so với những gì mà người lớn luôn nghĩ về chúng.

Trong số họ tôi rất mong muốn gửi lời cảm ơn tới:

Bác sĩ Temple Fay, *Chủ nhiệm Khoa Giải phẫu Thần kinh* - người đã bày tỏ sự hiếu kỳ tới lạ thường và một khả năng độc đáo khi hỏi liệu những "chân lý" được chấp nhận đúng hay sai và cũng là người đã thôi thúc chúng tôi.

Mary Blackburn, *Thư ký thường trực* - người đã dành cả đời cho phòng khám nhi khoa và người có thể nói là đã hi sinh vì sự nghiệp đó.

Tiến sĩ Eugene Spitz, *Bác sĩ giải phẫu thần kinh nhi khoa* - người đã tin rằng "không có hành động nào cực đoan hơn là hành động đứng nhìn một đứa trẻ phải chết, biết rằng em bé sẽ chết mà không làm gì để cứu". Ông đã cống hiến to lớn cho sự nghiệp đó.

Tiến sĩ Robert Doman, *Chuyên gia tâm lý trẻ em, Giám đốc Y khoa Viện Nghiên cứu Tiến bộ Tiềm năng*

Con người - người đã mong muốn chúng tôi nhìn nhận mỗi đứa trẻ như một cá thể riêng biệt.

Tiến sĩ Raymundo Veras, *Chuyên gia tâm lý của* Brazil - người đã về nước giúp đào tạo các giáo viên.

Tiến sĩ Carl Delacato, *Giám đốc Viện Nghiên cứu Hiện tượng mất khả năng đọc* - người đã luôn khiến chúng tôi nặng lòng với trẻ em.

Tiến sĩ Edward B. Lewinn, *Giám đốc Viện Nghiên cứu* - người đã khăng khăng bắt chúng tôi phải xem thí nghiệm của ông để lấy được bằng chứng mà chúng tôi cần.

Florence Scott, *Y tá* - người rất quan tâm tới lũ trẻ tham gia nghiên cứu và đã nói chuyện với chúng theo cách rất độc đáo.

Lindley Boyer, *Giám đốc Trung tâm Cai nghiện Philadenphia* - người không bao giờ ngừng thúc đẩy để công việc của chúng tôi được hoàn tất.

Greta Erdtmann, *Thư ký điều hành* - người đã giúp tôi có được không gian riêng tư khi tôi cần.

Ngoài ê-kíp trên còn có nhiều người khác đã quan tâm và ủng hộ chúng tôi trong suốt quá trình nghiên cứu khó khăn:

Helen Clarke, Herbert Thiel, Dora Kline Valentine, Gene Brog, Lloyd Wells, Frank Mc-Gor-mick, Robert Magee, Hugh Clarke, Gilbert Clarker, Harry Valentine, Edward và Dorothy Cassard, Arthur Kemp, Hannah

Gooke, Frank Cliffe, Chatham Wheat, Anthony Flores, Trimble Brown... và rất nhiều người khác.

Ủy ban Tư vấn Y khoa - những người đã nhất loạt ủng hộ cho công trình. Các bác sĩ sau đây đã hết lòng đóng góp và ủng hộ cho cuốn sách: Bác sĩ Thaine Billingsley, Bác sĩ Charles DeLone, Bác sĩ Paul Dunn, Bác sĩ David Lozow, Bác sĩ William Ober, Bác sĩ Robert Tentler, Bác sĩ Myron Segal, và Bác sĩ Richard Darnell.

Các con tôi Bruce, Janet và Douglas - những người đã đóng góp cả vật chất và tinh thần cho cuốn sách này.

Cathy Ruhling - người đã say mê đánh máy các bản thảo viết tay của tất cả các cuốn sách mà tôi viết kể cả cuốn sách này.

Robert Loomis - biên tập viên của tôi ở Random House, người đã kiên nhẫn và khéo léo giúp đỡ tôi.

Janet Gauger - biên tập viên giúp tôi trong lần xuất bản thứ ba này tại nhà xuất bản Gentle Revolution Press. Cô đã kiểm tra kỹ lưỡng mọi việc để đảm bảo rằng cuốn sách được hoàn thành đúng như những gì chúng tôi mong muốn.

Trên hết tôi xin cảm tạ các giáo viên và học sinh tham gia chương trình đã rất tuyệt vời và đã chỉ cho tôi thấy hầu như mọi thứ, đặc biệt là Tommy Lunski và Walter Rice.

Về tác giả

GLENN DOMAN được Đại học Pennsylvania cấp bằng chuyên ngành Liệu pháp Tâm lý năm 1940. Kể từ thời điểm đó, ông bắt tay vào kiến tạo nên lĩnh vực phát triển trí não trẻ em. Năm 1955, ông thành lập *Viện Nghiên cứu Tiến bộ Tiềm năng Con người* tại Philadenphia.

Vào đầu những năm 1960, công trình nghiên cứu nổi tiếng thế giới của Viện về các trẻ em bị tổn thương não bộ đã dẫn tới những phát hiện cực kỳ quan trọng về sự phát triển và trưởng thành của những trẻ em khỏe mạnh. Tác giả đã sống, nghiên cứu và làm việc với các em nhỏ ở hơn 100 quốc gia trên thế giới, từ những nước phát triển nhất đến những nước kém phát triển nhất. Chính phủ Brazin đã phong tặng cho ông danh hiệu hiệp sĩ vì những đóng góp nổi bật của ông cho trẻ em trên thế giới.

Glenn Doman là tác giả của một loạt cuốn sách bán chạy nhất trên thế giới do nhà xuất bản Gentle Revolution phát hành bao gồm: *Dạy trẻ thông minh sớm, Dạy trẻ học toán, Dạy trẻ tri thức bách khoa, Tăng cường trí thông minh cho trẻ...* Ông đồng thời cũng là tác giả của cuốn *Làm gì với những trẻ em bị tổn thương não bộ*, một cẩm nang hướng dẫn cho các bậc cha mẹ của những trẻ em bị bệnh. Hiện tại, ông tiếp tục cống hiến hết thời gian để hướng dẫn và giảng giải cho cả các bậc phụ huynh có con khỏe mạnh và cả các bậc phụ huynh có con bị bệnh.

Trong hơn 40 năm, Glenn Doman và các chuyên gia về phát triển trí não trẻ em làm việc tại *Viện Nghiên cứu Tiến bộ Tiềm năng Con người* đã cho thấy rằng khả năng học hỏi của những trẻ em ở độ tuổi còn rất nhỏ vượt xa so với những gì chúng ta tưởng tượng. Ông đã tiến hành nghiên cứu điểm nổi bật này – nghiên cứu đã khám phá ra lý do tại sao trẻ em ở độ tuổi từ 0 đến 6 học nhanh và tốt hơn trẻ em lớn tuổi – và đưa kết quả vào áp dụng trong thực tế. Là người sáng lập nên *Viện Nghiên cứu Tiến bộ Tiềm năng con người* ông đã sáng tạo ra một chương trình nuôi dạy toàn diện từ giai đoạn sớm mà tất cả các bậc cha mẹ có thể áp dụng tại nhà.

Khi Glenn Doman quyết định cập nhật các cuốn sách nằm trong loạt sách do nhà xuất bản Gentle Revolution phát hành, hoàn toàn mang tính tự nhiên, con gái ông đã giúp ông biên tập và chỉnh lý các thông tin cập nhật thu được sau khi bản đầu tiên đã được xuất bản.

JANET DOMAN là giám đốc của *Viện Nghiên cứu Tiến bộ Tiềm năng Con người* và cũng là con gái của ông.

Sau khi hoàn thành các chương trình đào tạo về động vật học ở Đại học Hull của Anh và nhân loại học ở Đại học Pennsylvania, cô đã tự nguyện cống hiến cho sự nghiệp phổ biến các chương trình nuôi dạy trẻ cho các bậc cha mẹ tại Viện Nghiên cứu Tiến bộ Tiềm năng Con người.

Bà đã giành thời gian gần hai năm làm việc với Hiệp hội Phát triển Trẻ em của Nhật Bản - nơi xây dựng các chương trình dành cho các bà mẹ. Sau đó bà trở về Philadenphia để điều hành Evan Thomas - một trường học đặc biệt dành cho bà mẹ trẻ em. Chương trình nuôi dạy sớm đã đưa đến việc thành lập trường Quốc tế dành cho các trẻ em đã hoàn thành chương trình này.

Janet dành hầu như cả ngày để làm việc với "các bậc cha mẹ tốt nhất trên thế giới", giúp họ khám phá ra tiềm năng to lớn của con trẻ và tiềm năng của chính họ trong việc dạy dỗ con.

Sách cùng tác giả
dành cho các bậc cha mẹ

DẠY TRẺ THÔNG MINH SỚM

Cuốn sách cung cấp cho các bậc cha mẹ tất cả các thông tin cần thiết để giúp con trẻ đạt được khả năng toàn diện của mình. Phần đầu cuốn sách giải thích về tất cả các giai đoạn then chốt liên quan đến quá trình sinh trưởng và phát triển của trẻ sơ sinh. Phần tiếp theo hướng dẫn các bậc cha mẹ cách tạo môi trường sống trong gia đình để có thể giúp tăng cường và nâng cao sự phát triển trí não của trẻ. Quan trọng nhất, cha mẹ biết cách làm thế nào để xây dựng được một thời gian biểu hiệu quả và cân bằng áp dụng cho mỗi ngày để phát triển thể lực và trí lực của trẻ. Chương trình thú vị này tạo điều kiện để cha mẹ và con cái gần gũi nhau hơn, thiết lập một mối liên hệ lâu dài giữa việc dạy dỗ và yêu thương.

HOW TO TEACH YOUR BABY MATH
(Dạy trẻ học toán)

Cuốn sách hướng dẫn bạn trong việc phát triển thành công khả năng tư duy và lập luận của con bạn. Cuốn sách cũng chỉ cho bạn thấy thật dễ dàng và vui thú ra sao khi dạy con bạn học toán. Cuốn sách cũng lý giải việc bắt đầu và mở rộng chương trình dạy toán cho con như thế nào, làm thế nào để xây dựng và tổ chức giáo trình dạy, và làm thế nào để phát triển một cách đầy đủ hơn khả năng của trẻ.

HOW TO GIVE YOUR BABY ENCYCLOPEDIC KNOWLEDGE (Dạy trẻ tri thức bách khoa)

Cuốn sách cung cấp một chương trình về thông tin kích thích thị giác được thiết kế nhằm giúp con bạn khai thác tiềm năng tự nhiên để học bất kỳ thứ gì. Cuốn sách chỉ cho bạn thấy thật dễ dàng và vui thú ra sao khi dạy cho con bạn biết về nghệ thuật, khoa học và tự nhiên. Con bạn sẽ nhận biết được sâu bọ trong vườn, biết về các quốc gia trên thế giới, khám phá được vẻ đẹp của các bức tranh của Van Gogh và nhiều thứ khác. Cuốn sách cũng chỉ cho bạn cách bắt đầu và mở rộng chương trình dạy của bạn như thế nào, làm thế nào để xây dựng và tổ chức giáo trình dạy, và làm thế nào để phát triển một cách đầy đủ hơn khả năng của trẻ.

HOW TO MULTIPLY YOUR BABYS INTELLIGENCE
(Tăng cường trí thông minh cho trẻ)

Cuốn sách cung cấp một chương trình nuôi dạy chuyên sâu có thể giúp cho trẻ đọc chữ, làm toán, và học bất cứ thứ gì cũng như có thể học được tất cả mọi thứ. Cuốn sách chỉ cho bạn thấy thật dễ dàng và thú vị khi dạy trẻ nhỏ học và giúp cho trẻ thông minh hơn và tự tin hơn. Cuốn sách cũng chỉ cho bạn cách bắt đầu và mở rộng chương trình nuôi dạy đặc biệt này ra sao, làm thế nào để xây dựng và tổ chức giáo trình dạy và làm thế nào để phát triển một cách toàn diện hơn khả năng của trẻ.

NHÀ XUẤT BẢN LAO ĐỘNG - XÃ HỘI

Ngõ Hòa Bình 4 - Minh Khai

Hai Bà Trưng - Hà Nội

Điện thoại: (84-4) 624 6921 - Fax: (84-4) 624 6915

DẠY TRẺ
BIẾT ĐỌC SỚM

Chịu trách nhiệm xuất bản
HÀ TẤT THẮNG

Biên tập: NGUYỄN MINH
Trình bày: THU HIỀN
Thiết kế bìa: NHẬT NAM
Sửa bản in: CHUNG QUÝ

Liên kết xuất bản: Công ty Cổ phần Sách Thái Hà
Trụ sở chính: 119-C5 Tô Hiệu, Cầu Giấy, Hà Nội
Tel: (04) 3793 0480; Fax: (04) 62873238
VP-TPHCM: 533/9 Huỳnh Văn Bánh, phường 14, quận Phú Nhuận
Tel: (08) 6276 1719; Fax: (08) 3991 3276
VP-ĐN: 59 Ông Ích Khiêm, quận Hải Châu
Tel: (511) 3532276; Fax: (511) 3532275
Website: www.thaihabooks.com

In 2.000 bản, khổ 14,5 x 20,5 cm.
tại Công ty CP In và TM Prima.
Giấy đăng ký KHXB số: 296-2011/CXB/01-55/LĐXH.
Quyết định xuất bản số: 183/QĐ-NXBLĐXH.
In xong và nộp lưu chiểu quý II - 2011.